ஒரு பன்மைச் சமூகத்தில் சமயப் பொறுமை

அ. மார்க்ஸ் தேர்வு செய்யப்பட்ட படைப்புகள்
தொகுதி 3

ஒரு பன்மைச் சமூகத்தில் சமயப் பொறுமை

அ. மார்க்ஸ் தேர்வு செய்யப்பட்ட படைப்புகள்

தொகுதி 3

எழுத்து பிரசுரம்

Title: A. Marx Thervu Seyyappatta Padaippugal PART-3
Author's Name: A. Marx

Published by Ezutthu Prachuram

Ezutthu Prachuram
(An imprint of Zero Degree Publishing)
No. 55(7), R Block, 6th Avenue,
Anna Nagar,
Chennai - 600 040

Website: www.zerodegreepublishing.com
E Mail id: zerodegreepublishing@gmail.com
Phone : 89250 61999

Ezutthu Prachuram First Edition: January 2024
ISBN: 978-93-95511-72-8
TITLE NO EP: 483

Cover Design & Layout: Vijayan

பொருளடக்கம்

மூன்று:
சிந்துவெளி மக்கள் குறித்த
பா.ஜ.க. அரசின் மரபணு ஆய்வுகள்

இணைப்பு

நான்கு:
ஒரு பன்மைச் சமூகத்தில் சமயப்பொறை என்பதென்ன

ஒன்று

ஆர்.எஸ்.எஸ் சில குறிப்புகள்

1.1 யார் இந்த ஆண்டர்சன்

'ராஷ்ட்ரீய சுயம் சேவக் சங்க்' (ஆர்.எஸ்.எஸ்) அமைப்பு குறித்து 'ஒரு உள் பார்வை' - என ஓர் ஆய்வு உரையாடல் சில ஆண்டுகளுக்கு முன் வெளிவந்தது *(The RSS: A view to the Inside, 12, பிப் 2019).*

இந்த உரையாடல் வாஷிங்டனில் உள்ள ஜோன்ஸ் ஹாப்கின்ஸ் பல்கலைக்கழகத்தில் பேராசிரியராக உள்ள வால்டர் கே.ஆன்டர்சனும் ஸ்ரீதர் டி.டாம்லே என்பவரும் இணைந்து உரையாடி உருவானது. இதன் முழு நூல் வடிவத்தை வைகிங் பதிப்பக வெளியீட்டில் காணலாம். *(முழு நூல் விலை ரூ. 699, Kindle Edition Rs 280).* ஆர்எஸ்எஸ் அமைப்பினர் இந்த ஆய்வாளரின் கருத்துகளை மறுக்கவில்லை என்பது இங்கு பதியப்பட வேண்டிய ஒன்று. ஒரு வகையில் ஆண்டர்சனின் கருத்தை அவர்கள் ஏற்றுக்கொண்டுள்ளனர் என்பதே இதன் மூலம் வெளிப்படும் செய்தி. ஆண்டர்சனின் கருத்து என்ன என்பதைப் பார்ப்போம்.

ஆன்டர்சன் 1971ம் ஆண்டு *EPW* இதழில் நான்கு வாரங்கள் ஆர்.எஸ்.எஸ் பற்றி தொடராக எழுதிய நான்கு கட்டுரைகளை அப்போது நான் வாசித்துள்ளேன். அது *pdf* வடிவில் *EPW*

Archives-ல் இருந்து நான் தரவிறக்கம் செய்தது. இப்போது நான் அதை மீண்டும் தரவிறக்கம் செய்ய முயன்றபோது அது கிடைக்கவில்லை. ஒருவேளை நீக்கிவிட்டார்களோ தெரியவில்லை.

இந்த நூலாசிரியர்களில் ஒருவரான வால்டர் ஆண்டர்சனின் நேர்காணல் ஒன்று சில நாட்களுக்கு முன் *Indian Express* நாளிதழில் (டெல்லி) வெளிவந்துள்ளது *(A battle between Hindutva and Hinduism is coming, IE, Aug 11, 2018)*. நேர்காணலைச் செய்தவர் இன்னொரு முக்கிய ஆய்வாளரும் சோல் கோல்ட்மான் பேராசிரியருமான அசுடோஷ் வார்ஷ்ணே. நேர்காணல் என்பதைக் காட்டிலும் இதை ஓர் உரையாடல் எனலாம்.

1971 லேயே ஆண்டர்சன் *EPW* போன்ற இதழில் ஆர்.எஸ். எஸ் குறித்து அத்தனை விரிவாக எழுதினார் என்றால் கிட்டத்தட்ட 50 ஆண்டு காலமாக அவர் ஆர்.எஸ்.எஸ் இயக்கத்தைக் கூர்ந்து கவனித்து வந்துள்ளார் என்பது பொருள். கோல்வால்கரிலிருந்து இன்றைய மோகன் பகவத் வரை எல்லா சர்சங் சலக்களையும், சுதர்ஷன் ஒருவரைத் தவிர, அவர் நேரில் சந்தித்து உரையாடியுள்ளதும் இங்கே குறிப்பிடத் தக்கது.

கோல்வால்கரிடம் இவரை அறிமுகப்படுத்தியது ஆர்.எஸ். எஸ்சின் முக்கிய தலைவர்களில் ஒருவரான ஏக்நாத் ரானடே. ஒரு ஆய்வு மாணவராக இந்தியா வந்த ஆண்டர்சனுக்கு அவர் மூலமாகத்தான் முதன் முதலில் ஆர்.எஸ்.எஸ்சுடன் தொடர்பு ஏற்படுகிறது. அந்தத் தொடர்பு மிகவும் நெருக்கமாகி கோல்வால்கரை (குருஜி) சந்திக்க விருப்பம் உண்டா என ரானடே இவரைக் கேட்க, இவரும் சரி எனச் சொல்ல, இருவரும் ரயிலில் மூன்றாம் வகுப்பில் பயணம் செய்து நாசிக்கிற்குச் செல்கின்றனர். அங்கு சித்பவன் பார்ப்பனர்கள் வசிக்கும் ஒரு பகுதியில் ஒரு ஆர்.எஸ்.எஸ் ஊழியரின் வீட்டில் ஆண்டர்சன் தங்கவைக்கப்படுகிறார். பின் குருஜியின் ஒப்புதல் கிடைத்தவுடன் சில வாரங்கள் தினமும் ஆர்.எஸ்.எஸ் அலுவலகம் சென்று அவரைச் சந்தித்துப் பேசுகிறார்.

ஒன்று தெளிவாகத் தெரிகிறது. ரானடே, குருஜி இருவருக்குமே

ஆண்டர்சன் மீது உறுதியான நம்பிக்கை இருந்திருக்கிறது என்பதுதான் அது. இல்லாவிட்டால் ஒரு வெள்ளைக்கார கிறிஸ்தவரை இப்படி தினம் ஆர்.எஸ்.எஸ் தலைமை அலுவலகம் சென்று குருஜியைச் சந்தித்து இவ்வளவு விரிவாகப் பேச அனுமதித்திருப்பார்களா?

ஆண்டர்சனின் இந்த நேர்காணலை வாசிக்கும்போது ஆண்டர்சன் மீது அவர்கள் நம்பிக்கை வைத்ததில் எல்லா நியாயங்களும் இருப்பது விளங்குகிறது. இந்த நேர்காணலிலிருந்து இந்த நூல் உண்மையிலேயே ஒரு “உள்” பார்வையாக, அதாவது ஆர்.எஸ்.எஸ் அமைப்பில் உள்ளே இருப்பவர்களின் பார்வைக்குக் குந்தகமில்லாமல் எழுதப்பட்டுள்ளதை உணர்ந்துகொள்ள முடிகிறது. இந்த நூலுக்கு ஒரு அருமையான விமர்சனத்தை எழுதியுள்ள விகாஸ் பதக் கூறுவது போல *(Blurred Vision, The Hindu, Oct 07, 2018)* ஒரு பிளவுவாத வன்முறை அரசியலுக்கு வித்திட்டுள்ளதாக அறியப்பட்டுள்ள ஆர்.எஸ்.எஸ் அமைப்பின் மீது வைக்கப்பட்டுள்ள எந்த விமர்சனங்களையும் விமர்சனக் கருத்துக்களையும் கண்டுகொள்ளாமல்தான் இந்த நேர்காணலிலும் ஆண்டர்சனின் பதில்கள் அமைகின்றன. அப்படியான சர்ச்சைக்குரிய கேள்விகளை ஆண்டர்சன் முன்வைத்திருந்தாரானால் ஒருவேளை அவரால் விரிவாக இப்படி ஒரு நேர்காணலைப் பதிவு செய்திருக்க முடியாது.

சரி. அது குறித்துப் பேசுமுன் குருஜியிடம் ஆண்டர்சனை ஆற்றுப்படுத்திய ஏக்நாத் ரானடே யார் எனப் பார்க்கலாம். மலேகான் முதலான வெடிகுண்டு வழக்குகளில் கைது செய்யப்பட்டுச் சிறையில் உள்ள சுவாமி அசீமானந்தாவின் நேர்காணல் மொழியாக்கத்தில் இவர் குறித்து நான் குறிப்பிட்டுள்ளேன். ஆர்.எஸ்.எஸ் தடைசெய்யப்பட்டு, அதன் தலைவர்களெல்லாம் கைதாகி இருந்த நேரத்தில் அந்த இயக்கத்தை வழிநடத்தியவர்தான் இந்த ரானடே. அதனால் இவருக்கு ‘தலைமறைவு சர்சங்சலக்’ என்றொரு பெயரும் உண்டு. இரண்டாண்டு காலம் கன்னியாகுமரியில் தங்கி விவேகாநந்தர் பாறையை நிறுவியவரும் இவர்தான். அவை மட்டுமல்ல பின்னாளில் ஒரு கலவர பூமியாக ஆக்கப்பட்டதும்,

இன்றளவும் ஆர்.எஸ்.எஸ் முதலான அமைப்புகள் வலுவாக உள்ளதாகவும் இருக்கும் கன்னியாகுமரி மாவட்டத்தில் இதற்கெல்லாம் கால்கோள் இட்டுச் சென்றவரும் இவரே.

இந்நூல் ஆர்.எஸ்.எஸ் அமைப்பை ஏற்று இந்தக் கருத்துத் தொகுப்பை முன்வைக்கிறது. இதில் ஏற்க இயலாத பல பிரச்சினைகள் நமக்கு இருந்தபோதும் சுமார் 50 ஆண்டு காலம் இந்த இயக்கத்தை ஆய்வு செய்தவர் என்கிற முறையில் ஆண்டர்சன் இந்த நேர்காணலில் முன்வைக்கும் கருத்துகளிலிருந்து நாம் ஆர்.எஸ்.எஸ் குறித்த சில அடிப்படையான கூறுகளைப் புரிந்து கொள்ள இயலும். அதன் அமைப்பு வடிவம், தலித்கள், சாதி அமைப்பு, இட ஒதுக்கீடு, முஸ்லிம்கள் தொடர்பான அதன் அணுகல்முறைகள் ஆகியவற்றை நாம் தெளிவாக அறிந்து கொள்ள முடிகிறது.

1.2 ஆர்.எஸ்.எஸ். அமைப்பு வடிவம்

ஆர்.எஸ்.எஸ்சின் அமைப்பு வடிவம் குறித்துச் சிலவற்றிலிருந்து தொடங்கலாம். 'ராஷ்ட்ரீய சுயம் சேவக் சங்'கின் (RSS) இணைப்பு அமைப்பாக (affiliated organization) முதன் முதலில் தொடங்கப்பட்டது மகளிருக்கான 'ராஷ்ட்ரீய சேவிகா சங்' தான். இது 1930 களில் தொடங்கப்பட்டது. ஆர்.எஸ்.எஸ் 1925 இல் தொடங்கப்பட்டது என்பதை நாம் அறிவோம். காந்தி கொலைக்குப் பின் ஒரே சமயத்தில் காங்கிரசிலும் ஆர்.எஸ்.எஸ் சிலும் ஒருவர் உறுப்பினராக இருக்க இயலாது என்கிற நிலையைக் காங்கிரஸ் எடுத்தபோது, 1950 களின் தொடக்கத்தில், ஆர்.எஸ்.எஸ் அமைப்பின் அரசியல் கட்சியாக "பாரதீய ஜனசங் கட்சி" தொடங்கப்பட்டது. முதலில் சியாமா சரண் முகர்ஜியும், பின் தீனதயாள் உபாத்யாவும் அதற்குத் தலைவர்களாக இருந்தனர்.

1950 களின் இறுதியிலும் 1960 களின் தொடக்கத்திலும் முதலில் தொழிலாளர்களுக்கான 'பாரதீய மஸ்தூர் சங்' கும் (BMS) பின் மாணவர்களுக்கான 'அகில இந்திய வித்யார்த்தி பரிஷத்' தும் (ABVP) தொடங்கப்பட்டன. மஸ்தூர் சங்கிற்கு தாதோபந்த் தெங்காடி தலைவராக இருந்தார். தான் 1970 களில் இந்த

ஆய்வைத் தொடங்கியபோது டெல்லி பல்கலைக் கழகத்தில் *ABVP* அப்போதே வலுவாக இருந்தது என்கிறார் ஆண்டர்சன்.

ஆர்.எஸ்.எஸ் அமைப்பால் இவ்வாறு இணையேற்பு *(affiliation)* வழங்கப்பட்ட அமைப்புகள் ஒவ்வொன்றுக்கும் ஒரு 'பிரசாரக்' பொறுப்பாக இருப்பார். 'பிரச்சாரக்' என்பது சர்சங் சலக்கிற்கு அடுத்த நிலையில் உள்ள உயர் பதவி. இவர்கள் சங்கின் முழுநேர ஊழியர்கள். தற்போது 6000 பிரசாரக்குகள் உள்ளனர். முழுநேர ஊழியர்களான இவர்கள் தம் குடும்பத்துடனான உறவுகளை முறித்துக்கொள்ளவேண்டும். சொந்தமாகப் பொருள் சேர்க்கக் கூடாது. அவர்கள் சங்கத்துக்குத் தம்மை ஒப்புக் கொடுத்தவர்கள் *('in a sense they are wedded to Sangh')*. அவர்கள் திருமணம் செய்து கொள்ளக் கூடாது என்கிற இறுக்கமான விதி இல்லாத போதும் பெரும்பாலோர் திருமணம் செய்து கொள்வதில்லை.

இந்தப் பிரசாரக்களே சங்கத்தின் ஆதாரமான பணிகளைச் செய்பவர்கள். இணையேற்பு வழங்கப்பட்ட அமைப்புகள் ஒவ்வொன்றும் ஒரு பிரச்சாரத் தலைமையில் இயங்கும். ஒரு ஒருங்கிணைக்கப்பட்ட இறுக்கமான குடும்பமாக ஆர்.எஸ்.எஸ் அமைந்திருப்பதற்கு இதெல்லாம் ஒரு காரணம் என்கிறார் ஆர். எஸ்.எஸ் குறித்து மிக விரிவாக ஆய்வு செய்து எழுதியுள்ள ஆண்டர்சன். தொடக்கத்தில் பிரச்சாரக்காக வரக்கூடியவர்கள் பார்ப்பனர்களாகவே இருக்க வேண்டும் என்கிற விதி இருந்தது. மதுக்கர் தாத்தரேய தியோரஸ் சர்சங் சலக்காக வந்த பின் அந்த விதி தளர்த்தப்பட்டது. இப்போது பிற்படுத்தப்பட்டவர்களும் பிரச்சாரக்காக ஆகலாம். பிற்படுத்தப்பட்டவரான மோடி கூட அப்படி ஒரு பிரச்சாரகராக இருந்தவர்தான்.

'ஸ்திரீ' கள் அதிகாரம் பெறுவதற்காக உருவாக்கப்பட்டுள்ள 'ஸ்ரீ சக்தி' அமைப்பு உட்பட அங்கீகரிக்கப்பட்ட *(formal)* இணை அமைப்புகளின் எண்ணிக்கை இப்போது மொத்தம் 36. எனினும் அங்கீகாரம் பெறுவதற்காக இப்போது மேலும் நூற்றுக்கும் மேற்பட்ட அமைப்புகள் காத்திருக்கின்றன. அவை மிகவும் கவனமாகப் பரிசீலிக்கப்பட்டு, போதிய முதிர்ச்சி *(maturi-*

ty) அடைந்துவிட்டதாக உரிய ஆய்வுகளின் அடிப்படையில் தெரிந்தால் அதன்பின் அவற்றிற்கு இணையேற்பு வழங்கப்படும்.

பஜ்ரங்தள் போன்ற அமைப்புகள் நேரடியாக இணையேற்பு அளிக்கப்பட்டவை அல்ல. அது விசுவ இந்து பரிஷத்தின் இணையமைப்பு. விசுவ இந்து பரிஷத் ஆர்.எஸ்.எஸ்சின் இணை அமைப்பு. ஆக ஆர்.எஸ்.எஸ், அதனால் இணையேற்பு வழங்கப்பட்ட அமைப்புகள், அவை ஒவ்வொன்றுக்கும் உள்ள இணை *(affiliated)* அமைப்புகள், இவை எல்லாம் தவிர ஆங்காங்கு இவர்களின் கொள்கைகளை ஏற்று நடவடிக்கைகளில் உள்ள நூற்றுக்கும் மேற்பட்ட அமைப்புகள் என விரிந்து உள்ளது இந்த ஆர்.எஸ்.எஸ்சின் குடும்பம் என நாம் விளங்கிக் கொள்கிறோம். கடும் கண்டனத்துக்குள்ளாகும் வன்முறைகள் இந்த அமைப்புகளின் ஊடாக மேற்கொள்ளப்படும்போது அவை எங்கள் அமைப்பு இல்லை என இவ் அமைப்பின் பொருப்பாளர்கள் சொல்லிப் புன்னகைப்பதற்கு இப்படியான வடிவம் வாய்ப்பளிப்பதையும் நாம் புரிந்துகொள்கிறோம்..

ஆர்.எஸ்.எஸ்சில் சர்சங்சலக் உட்பட யாரும் வாக்களித்து ஜனநாயக முறையில் தேர்வு செய்யப்படுவதில்லை என்பது அறியத்தக்கது. அப்போது சர்சங்சலக்காக இருப்பவர் தன் இறுதிக் காலத்தில் அடுத்தவரைத் தேர்வு செய்து அறிவிப்பார். அதை அனைவரும் ஏற்க வேண்டும். எடுத்துக்காட்டாக முதல் சர்சங்சலக்காக இருந்தவர் ஹெட்கேவர். அவர் இறக்கும் த தறுவாயில் கோல்வால்கரின் பெயரை ஒரு சீட்டில் எழுதிக் கொடுத்துவிட்டு இறந்தார். கோல்வால்கரைக் காட்டிலும் மூத்தவர்கள் இருந்தபோதும் எல்லோரும் அதை ஏற்றுக்கொண்டு செயல்பட்டனர். கோல்வால்கர் பெரிய அளவில் சங்கத்தை வளர்த்து அதன் இன்றைய நிலைக்கு இட்டுச் சென்றார். அவர்தான் ஆர்.எஸ்.எஸ் அமைப்பிலேயே அதிக காலம், 30 ஆண்டுகளுக்கும் மேல், சர்சங் சலக்காக இருந்தார். மொத்தத்தில் உறுப்பினர்கள் வாக்களித்துத் தேர்வு செய்யும் முறையை இவர்கள் ஏற்பதில்லை.

கோல்வால்கர் எழுதிய நூல்கள் இரண்டு எனச் சொல்வார்கள்.

ஒன்று அவரது "சிந்தனைக் கொத்து" *(Bunch of Thoughts)*. அது ஒரு நூலாகத் திட்டமிட்டு எழுதப்பட்டதல்ல. அவர் பல்வேறு சந்தர்ப்பங்களில் ஆற்றிய உரைகளின் தொகுப்புதான் அது. இன்னொன்று *We or Our Nationhood Defined* என்பது. இந்த நூல் கோல்வால்கரால் எழுதப்பட்டதல்ல என்பதை ஆண்டர்சன் முன்வைக்கிறார். இதுவரை அது அவரால் எழுதப்பட்டதாகவே அவர்கள் சொல்லிக் கொண்டிருந்தார்கள். ஆனால் இப்போது அது அவரால் எழுதப்பட்டதல்ல என்பது இப்படி உறுதி செய்யப்பட்டுள்ளது. இது கூட அவர்களின் அணிகளுக்குத் தெரியாது எனவும், ஆனாலும் தன்னைப்போன்ற ஆய்வாளர்களால் உறுதி செய்யப்பட்ட ஒன்று இது எனவும் கூறும் ஆண்டர்சன் கோல்வால்கரின் பெயரில் உலவும் இந்த நூல் "சிறுபான்மை மக்களைக் கடுமையாகப் பார்க்கக் கூடிய ஒன்று" என ஏற்றுக்கொள்கிறார்.

இதுவரை சர்சங்சலக்குகளாக நியமிக்கப்பட்ட அனைவரும், ஒருவரைத் தவிர, பார்ப்பனர்களே. விதிவிலக்காக நியமிக்கப்பட்டவர் ராஜேந்திரசிங்.

கோல்வால்கருடனா உரையாடலின் ஊடாகவே தாம் 'இந்துத்துவா' என்றால் என்ன என்பதைப் புரிந்துகொண்டதாக ஆண்டர்சன் குறிப்பிடுகிறார். கோல்வால்கர் ஒரு ஆன்மீகவாதி *(spiritualist)* தானே ஒழிய மதவாதி *(religious)* அல்ல என்கிறார் ஆண்டர்சன். எந்த மதச் சடங்குகளையும் அவர் மேற்கொண்டது இல்லை. சாவர்க்கரும் அப்படித்தான் என்பதை நாம் நினைவுகொள்ளவேண்டும். அவரை நாத்திகர் என்று கூடச் சொல்வதுண்டு.

கோல்வால்கரைப் பொறுத்தவரையில் ஒரு தேசம் என்கிற வடிவில் இந்தியாவே வாழும் தெய்வம். தமது சிந்தனைக் கொத்திலும் இதே சொற்களில் இதை அவர் பதிவு செய்துள்ளார். இக்கருத்து 19 ஆம் நூற்றாண்டு ஐரோப்பிய கற்பனாவாத தேசியவாதிகளின் சிந்தனையிலிருந்து பெறப்பட்ட ஒன்று. 1900 ஆம் ஆண்டு தொடக்கத்தில் இப்படியாகத் தேசத்தையே கடவுளாகப் பார்க்கும் ஐரோப்பிய சிந்தனையில் இந்திய

தேசியவாதிகளும் பெரிய அளவில் ஈர்க்கப்பட்டிருந்தனர். மாஜினி போன்றோரைக் கொண்டாடி நமது பாரதி போன்றவர்கள் "மாஜினியின் வீர உரை" பாடியதை நாம் மறந்துவிட முடியாது. கரிபால்டி பற்றியும் அப்படி இங்கு உரையாடல்கள் இருந்ததை அறிவோம். இந்த ஐரோப்பிய தேசியவாதிகளைப் பொறுத்தமட்டில் தமது ஆக உன்னத வழிபாட்டுக்குரிய அடிப்படை அலகு தேசம்தான். மதங்கள் சொல்லும் கடவுளுக்கு அந்த இடம் இல்லை. பாரதி பாடிய "பாரததேவி மகா பஞ்சகம்", சுப்பிரமணிய சிவா 'பாரதமாதா கோவில்' கட்ட மேற்கொண்ட முயற்சிகள் முதலியன இத்துடன் இணைத்துப் பார்க்கத் தக்கன.

இந்த இடத்தில் ஆண்டர்சன் ஆர்.எஸ்.எஸ்சை ஒரு மத அமைப்பு அல்ல *(not a religious organization)* என்கிறார். அதனால்தான் கோல்வால்கருக்கு அடுத்து சர்சங்சலக்காக வந்த தியோரஸ் *1979* ஆம் ஆண்டு ஆர்.எஸ்.எஸ் அமைப்பை முஸ்லிம்களுக்கும் திறந்துவிட்டார் என்கிறார். தியோரசின் பார்வையில் இங்குள்ள பெரும்பான்மையான முஸ்லிம்கள் இந்துக்களாக இருந்து மதம் மாறியவர்கள்தான். எனவே அவர்கள் அந்நிய நாட்டினர் *(foreigners)* அல்ல. இப்படி தியோரசின் பார்வை மதம் சார்ந்த அடையாளத்திலிருந்து புவியியல் அடிப்படையிலான தேசியத்தை நோக்கி *(territorial idea)* நகர்ந்தது என்கிறார் ஆண்டர்சன். ஒரு சிறிய அளவில் சாவர்க்கரும்கூட அந்த நிலையை நோக்கி நகர்ந்ததாகவும் ஆண்டர்சன் குறிப்பிடுகிறார். இந்த இடத்தில் அஷுடோஷ் வார்ணே இடையீடு செய்து ஆண்டர்சனின் கருத்தை மறுக்கிறார்.

தொடரும் பதிவில் தியோரஸ் ஆர்.எஸ்.எஸ்சில் புகுத்திய பிற மாற்றங்கள் மற்றும் காலப்போக்கில் ஆர்.எஸ்.எஸ் எப்படியெல்லாம் தன் அடிப்படைக் கோட்பாடுகளை நெகிழ்த்திச் சமரசம் செய்துகொண்டது என்பது குறித்தெல்லாம் ஆண்டர்சன் சொல்வதை இனி பார்ப்போம்.

1.3 சாவர்க்கர் குறித்த பார்வை

சாவர்க்கர்கூட இது இந்துக்களுக்கான நாடு மட்டுமல்ல, முஸ்லிம்கள் உட்பட இங்கு பிறந்த எல்லோருக்குமே இந்த நாடு உரியது என்கிற கருத்தை நோக்கி வந்தார் என ஆண்டர்சன் சொன்னதை வார்ணே உடனடியாக மறுக்கிறார்.

சாவர்க்கரைப் பொறுத்தமட்டில் இந்துக்கள் / இந்தியர்கள் என்கிற இரண்டும் ஒரே பொருளைக் குறிக்கும் இரு சொற்கள். இந்தியாவில் பிறந்திருந்தாலும் முஸ்லிம்களும் கிறிஸ்தவர்களும் இந்தியர்கள் இல்லை. ஏனெனில் இந்தியர்களை வரையறுக்க அவர் அளிக்கும் மூன்று அத்தியாவசியமான பண்புகளில் இரண்டு மட்டுமே இந்தச் சிறுபான்மைச் சமூகத்தினர்களுக்குப் பொருந்தும். "பூமி" (அதாவது இந்திய மண்ணில் பிறப்பு), "பித்ரு பூமி" (தந்தையர் நாடு எனும் பாரம்பரியம்), "புண்ய பூமி" (அவர்களின் மதம் தோன்றிய மண்) என்பவைதான் இந்த மூன்று நிபந்தனைகள். சிறுபான்மை மக்கள் இந்திய மண்ணில் பிறந்திருக்கலாம். அவர்களின் தந்தை, தாத்தா, பாட்டிகளும் கூட இங்கேயே பிறந்திருக்கலாம். ஆனால் அவர்களின் புண்ணிய பூமி இந்தியாவில் இல்லையே. முஸ்லிம்களுக்கு அது மெக்கா. கிறிஸ்தவர்களுக்கு அது

ஜெருசலேம் அல்லது ஏதோ ஒரு மேற்கு நாடு. எனவே முஸ்லிம்களும் கிறிஸ்தவர்களும் மூன்றாவது நிபந்தனையைப் பூர்த்தி செய்யாததால் அவர்கள் இந்தியர்கள் அல்ல. ஆனால் சீக்கியர்கள், சமணர்கள், பவுத்தர்கள் ஆகியோர் இந்துக்களாக இல்லாவிட்டாலும் அவர்கள் இந்தியர்கள் என்பதுதான் சாவர்க்கரின் கோட்பாடு. ஏனெனில் குருநானக், மகாவீரர், புத்த பகவன் ஆகியோர் இந்திய மண்ணில் பிறந்தவர்கள். (விரிவுக்குப் பார்க்க எனது 'இந்துத்துவத்தின் பன்முகங்கள்' நூல்). நீங்கள் இங்கு பிறந்திருந்தால் மட்டும் போதாது. உங்கள் மதமும் இங்கு பிறந்ததாக இருக்க வேண்டும். ஃப்ரான்ஸ் அல்லது அமெரிக்கா போல புவி சார்ந்த அடிப்படை *(territorial idea)* இருந்தால் மட்டுமே இந்தியாவில் பிறந்த முஸ்லிம்களையும் கிறிஸ்தவர்களையும் இந்தியர்களாக ஏற்க முடியும். சாவர்க்கரின் இந்த மத அடிப்படையிலான தேசியத்தை நிராகரித்து புவியியல் அடிப்படையிலான தேசியத்தை *(territorial nationalism)* முன் வைத்துத் திரிந்ததால்தானே காந்தியைச் சுட்டுக் கொல்ல சாவர்க்கர், கோட்சே கையில் கைத்துப்பாக்கியைக் கொடுத்து ஆசீர்வதித்து அனுப்பினார். அப்படி இருக்கையில் இந்தியாவில் பிறந்த முஸ்லிம்களையும் கிறிஸ்தவர்களையும் இந்தியர்களாகவே முன்வைத்த தியோரஸ் எப்படி அதை விளக்கினார்?

ஆண்டர்சனின் பதில் சுற்றி வளைத்துக் குழப்பி அமைகிறது. சாவர்க்கர் ஒரு நாத்திகர். அவர் மதநம்பிக்கை உடையவர் அல்ல எனத் தன் பதிலைத் தொடங்குகிறார் அவர். தேசத்தின் நிபந்தனையாக பண்பாட்டு அடையாளங்களை சாவர்க்கர் முன்வைத்தார். ஒவ்வொரு தேசத்திற்கெனவும் சில குறியீடுகள், பாரம்பரியங்கள், மரபுகள், வரலாறுகள், கதைகள், புனைவுகள் உண்டு. அவற்றோடு அவர்கள் ஐக்கியமாவார்கள். அவற்றோடு அவர்கள் அடையாளப்படுத்திக்கொள்வார்கள். எப்படியோ ஆர்.எஸ்.எஸ் இயக்கம் புவிசார்ந்த தேசியத்தை நோக்கியதுதான். எனினும் பண்பாட்டு வரையறை முற்றாகக் கைவிடப்பட்டது என்பதல்ல என்றெல்லாம் 'விளக்கி' இறுதியாக இப்படி முடிக்கிறார் ஆண்டர்சன்: "எனினும் தியோரஸைப் பொறுத்தமட்டில் இந்தியாவில் பிறந்த எல்லோரும், அல்லது

'கிட்டத்தட்ட' எல்லோரும் இந்துக்கள்தான். இந்தியாவில் பிறந்த எல்லோரையும் 'இந்து' என சங்கப் பாரம்பரியத்தில் முதன் முதல் அழைத்தவர் தியோரஸ்தான். இப்போதைய சர்சங்சலக் ஆக உள்ள மோகன் பகவத்தும் கூட முஸ்லிம்கள், கிறிஸ்தவர்கள் எல்லோரையும் இந்துக்கள் என்றுதானே சொல்கிறார்."

இது குறித்துப் பின்னர் விவாதிப்போம். இப்போது ஆண்டர்சனைத் தொடரலாம். தியோரஸ் ஆர்.எஸ்.எஸ் இயக்கத்தில் புகுத்திய வரவேற்கத்தக்க மாற்றங்களைத் தொடர்ந்து பட்டியலிடுகிறார் ஆண்டர்சன். கோல்வால்கர் எந்தச் சந்தர்ப்பத்திலும் சாதிமுறைக்கு எதிராகப் பேசியதே இல்லை. ஆனால் தியோரஸ் சாதிமுறையையும் தீண்டாமையையும் எதிர்த்தார் எனவும் மூன்றாண்டு பயிற்சிக்குப் பின் சங்க உறுதிமொழியை எடுத்துக்கொள்ளும் பார்ப்பனர் அல்லாதோரும் கூட சங்கத்தின் உயர் நிலையாகிய பிரச்சாரக் பொறுப்புக்கு வர முடியும் என முதலில் அவர்தான் சொன்னார் எனவும் குறிப்பிடுகிறார் ஆண்டர்சன்.

உரையாடல் இப்போது இனொரு திசைக்குத் திரும்புகிறது. "ஆளுமை உருவாக்கம்" *(charitra nirmaan character building)* என்பதை நோக்கமாக அறிவித்துத் தொடங்கிய ஆர்.எஸ்.எஸ் இயக்கம் அரசதிகாரத்தை நோக்கித் திரும்பிய பரிணாம மாற்றம் குறித்துக் கேட்கிறார் வார்ணே.

"ஷாகாக்களில் தினசரிப் பயிற்சி அளிப்பதன் ஊடாக உறுப்பினர்களின் ஆளுமை உருவாக்கம் - என்கிற நோக்கத்துடன்தான் இயக்கம் தொடங்கப்பட்டது. ஆளுமை உருவாக்கமே சமூக மாற்றத்துக்கு இட்டுச் செல்லும் என நம்பவும் பட்டது. என்றாலும் காலப்போக்கில் அமைப்பில் ஏற்பட்ட அளவு மாற்றம் ஒரு பண்பு மாற்றத்திற்கு வித்திட்டது. தொழிற்சங்கம், விவசாயிகளின் அமைப்பு, பெண்கள் அமைப்பு, ஸ்வதேசி ஜார்கன் மஞ்ச், ஏராளமான கல்வி நிலையங்கள் என அது வளர்ந்தபோது அரசதிகாரத்தில் தலையிடுவது என நோக்கம் மாறியது. விசுவ இந்து பரிஷத் போன்ற முற்றிலும் மதப் பிரச்சினைகளுக்காக உருவாக்கப்பட்ட இயக்கங்களும்கூட

அரசை எதிர்கொள்ள வேண்டிய சூழல் ஏற்பட்டது. ஏனெனில் இந்திய அமைப்பில் அரசும் மதங்களும் பிரிக்கப்பட்டு எல்லாமே அரசை மையமாகக் கொண்டுதானே இயங்குகின்றன. எல்லா அம்சங்களிலும் அரசின் இருப்பை உணர வேண்டியுள்ளபோது தேவைப்படும் மாற்றத்தை உருவாக்க அரசின் மீது செல்வாக்கு செலுத்துவது இன்றியமையாதது அல்லவா? எல்லாப் பிரச்சினைகளுக்காகவும் தனித்தனி அமைப்புகள் என உருவான போது ஒவ்வொன்றுக்கும் அவற்றுக்குரிய நிலைபாடுகளை ஏற்படுத்திக் கொள்ள வேண்டியதாயிற்று. சுதேசி ஜாக்ரான் மஞ்ச் என சுதேசித் தொழில் உற்பத்தியைக் குறித்தும் பேச வேண்டி உள்ளது. மஸ்தூர் சங்கின் மூலம் தொழிலாளர் கோரிக்கைகளையும் முன்னெடுக்க வேண்டி இருக்கிறதல்லவா?" என்பதுதான் இவர்களின் நியாயம்.

பாரதீய மஸ்தூர் சங் வெளிநாட்டு நேரடி மூலதனத்தை (Foreign Direct Investment - FDI) எதிர்க்கிறது. ஆனால் ஆர்.எஸ்.எஸ்சின் இன்னொரு இணையேற்பு அமைப்பாகிய பா.ஜ.க 1990 க்குப் பின் FDI வேண்டும் என்கிறது. மோடி ஆட்சியில் அது ஒரு உச்சகட்டத்தையும் எட்டியுள்ளது. பெருந் தொழில்களுக்காக விவசாய நிலங்கள் கையகப்படுத்துதல் முதலியவற்றிலும் நிலைப்பாடுகள் எடுக்க வேண்டி உள்ளது. பா.ஜ.க ஆட்சியில் இருந்தாலும் சரி, இல்லாவிட்டாலும் சரி இந்தியாவின் விதியை மாற்றும் "பெருங் குறிக்கோளைக்" கொண்ட அமைப்பான ஆர்.எஸ்.எஸ் எல்லாவற்றைக் குறித்தும் அணுகுமுறைகளை வகுத்துக் கொள்ளத்தானே வேண்டியிருக்கிறது. ஆளுமை உருவாக்கம் முக்கியமானதுதான். ஆனால் எல்லாவற்றிலும் கொள்கைத் தலையீடு செய்தல், அரசைக் கையாளுதல் என்பனவும் இன்று முக்கியமாகிவிட்டனவே.

வெளிநாட்டு முதலீடு, நிலம் கையகப்படுத்துதல், தீண்டாமை, இட ஒதுக்கீடு, பெண் விடுதலை முதலான பிரச்சினைகளில் இணை அமைப்புகளிடையே கருத்து மாறுபாடுகள் தோன்றும்போது ஆர்.எஸ்.எஸ் அதை எப்படிக் கையாள்கிறது என்கிற சுவாரஸ்யமான கேள்விக்கான பதிலை அடுத்துப் பார்க்கலாம்.

1.4 பெண்கள் இடஒதுக்கீடு தீண்டாமை

பெண்கள், இட ஒதுக்கீடு, தீண்டாமை முதலியன குறித்த ஆர்.எஸ்.எஸ் அணுகல் முறைகள்:

தான் ஏற்பு வழங்கியுள்ள இணை அமைப்புகளிடையே மாற்றுக் கருத்துகள் உருவாகும்போது தாய் அமைப்பான ஆர்.எஸ்.எஸ் அதை எப்படிக் கையாள்கிறது? எடுத்துக்காட்டாக சுதேசி ஜாக்ரான் மஞ்ச் வெளிநாட்டு மூலதனம் கூடாது என்கிறது. பா.ஜ.க அரசு வெளிநாட்டு மூலதனத்திற்குச் சலுகை அளித்து வரவேற்கிறது. இந்த நிலையில் ஆர்.எஸ்.எஸ் என்ன செய்யும்?

இரண்டுக்கும் இடையே சமரசம் *(balance)* பண்ணுவதுதான் அதன் நிலை என்கிறார் ஆண்டர்சன். ஒரு இடைத் தரகாக இருந்து சமரசம் செய்ய முடியவில்லை என்றால் பிரச்சினையைத் தீர்க்காமல் ஒத்திப்போடுவதே அதன் அணுகல்முறையாக இருக்கிறது. வெளிநாட்டு மூலதன இறக்குமதியை சுதேசி உற்பத்திக்குக் கேடு என ஆர்.எஸ்.எஸ் கூறிக்கொண்டுதான் இருந்தது. ஆனால் பா.ஜ.க ஆட்சிக்கு வந்து தொழில்நுட்பம், வேலைவாய்ப்பு, வளர்ச்சி என்றெல்லாம் அப்படியான இறக்குமதிக்குச் சமாதானம் சொன்னபோது, அது அடக்கி வாசிக்க *(tone down)* ஆரம்பித்தது என்பதைச் சொல்லும்

ஆண்டர்சன், வாஜ்பாயி காலத்தில் எதிர்த்த அளவு மோடியின் மூலதன இறக்குமதியை மோகன் பகவத் கண்டுகொள்ளவில்லை என்பதையும் சுட்டிக் காட்டுகிறார்.

மோடியைப் பிரதமர் பதவியில் அமர்த்துவதற்கு ஆர்.எஸ்.எஸ். முழுக் காரணமாக இருந்தது என்பதைக் குறிப்பிடும் ஆண்டர்சன், எனினும் இன்று அந்நிய மூலதனம், அந்நிய வணிகம் ஆகியவற்றிற்கு மோடி அரசு அளிக்கும் அபரிமிதமான ஊக்குவிப்பைச் சற்று அவநம்பிக்கையோடு *(skeptical)* பார்த்துக் கொண்டுள்ளது என்கிறார். ஆனாலும் பண மதிப்பு நீக்கம், ஜி.எஸ்.டி. வரி முதலியன தமது ஆதரவுத் தளமாக உள்ள சிறு வணிகர்களைப் பெரிதும் பாதித்தபோதும் கூட அது ஒன்றும் வெளிப்படையாகக் கண்டிக்கவோ தீர்மானம் இயற்றவோ இல்லை என்பதையும் ஆண்டர்சன் சுட்டிக் காட்டுகிறார்.

ஆட்சி மொழி, இட ஒதுக்கீடு ஆகிய பிரச்சினைகளிலும் தன் இறுக்கமான நிலைப்பாடுகளை ஆர்.எஸ்.எஸ். வேறு வழியின்றி தளர்த்திக்கொள்கிறது.

எடுத்துக்காட்டாக இந்தி மொழி ஆதரவு என்பது அதன் ஆதாரமான கொள்கைகளில் ஒன்று. ஆனால் ஆர்.எஸ்.எஸ். அமைப்பு இப்போது, அதன் தொடக்க காலத்தில் இருந்தது போல, மத்திய இந்தியாவில் மட்டுமே அது கால் பதித்திருக்கவில்லை. தெற்கிலும் கிழக்கிலும் அது இப்போது பரவியுள்ளது. எனவே அது இந்தியை முன்னைப் போல தீவிரமாக ஆதரிக்க முடியாது. ஆதரிப்பதும் இல்லை. தான் நடத்தும் பள்ளிகளில் இந்தி ஒரு பாடமாக இருந்த போதும் அவரவர் தாய்மொழியில்தான் அங்கு பாடங்கள் சொல்லித் தரப்படுகின்றன.

மத்தியதர வர்க்கத்தின் ஆதரவு ஆர்.எஸ்.எஸ்சுக்கு அவசியம் தேவை. அந்த வர்க்கத்தின் ஆங்கில மோகத்தையும் அது அறியும். அதோடு இன்றைய உலகமயச் சூழலில் ஆங்கிலத்தின் முக்கியத்துவம் அதிகரித்துள்ளது. அதன் விளைவாக சமகால உலகில் அதிகாரம் பெறுவதற்கு எந்த நாட்டிற்கும்

ஆங்கிலம் முக்கியத் தேவையாக உள்ளது. இந்தியா உலக அரசியலில் முக்கியத்துவம் பெற வேண்டும் என நினைக்கும் ஆர்.எஸ்.எஸ். எப்படி ஆங்கிலத்தைப் புறக்கணிக்கும் என வினவுகிறார் ஆண்டர்சன். எனவே இனி ஆர்.எஸ்.எஸ் தனது இந்தி ஆதரவையும் ஆங்கில வெறுப்பையும் அடக்கியே வாசிக்கும். எனினும் இதெல்லாம் ஒரு தந்திரோபாய நடவடிக்கைதானே ஒழிய அது தன் மொழிக் கொள்கையை அடிப்படையில் மாற்றியுள்ளது என்பதாக ஆண்டர்சனால் உறுதியாகச் சொல்லவும் முடியவில்லை.

பெண்ணுரிமை குறித்த ஆர்.எஸ்.எஸ்சின் அணுகல்முறையைப் பொறுத்தமட்டில் கோல்வால்கர் தாய், மனைவி என்னும் இரு நிலைகளையே பெண்களுக்கான உன்னதப் பாத்திரங்களாக முன்வைத்தார். ஜான்சி ராணி போன்றோரை அந்நியர்களை எதிர்த்த வகையில் ஒரு வீரப் பெண்மணியாக உயர்த்தியபோதும் அப்படியான ஒரு வீரப் பெண்ணுருவை பெண்களுக்கான லட்சிய வடிவமாக முன்வைக்கவில்லை. குடும்ப வாழ்க்கையையே அவர்கள் உன்னதப்படுத்தியபோதும் ஆர்.எஸ்.எஸ். அமைப்பிற்குள்ளும் கூட விவாகரத்தான சில பெண்கள் இருப்பதைத் தான் பார்த்துள்ளதாக ஆண்டர்சன் குறிப்பிடுகிறார்.

தலித்கள் மற்றும் முஸ்லிம்கள் குறித்த ஆர்.எஸ்.எஸ். அணுகல்முறைகள் பற்றிய விவாதம் இந்த உரையாடலின் இறுதிப் பகுதியாக அமைகிறது. முதலில் இட ஒதுக்கீடு மற்றும் தலித்கள் குறித்த ஆர்.எஸ்.எஸ் அணுகல் முறைகளாக ஆண்டர்சன் சொல்பவற்றைப் பார்ப்போம்.

இட ஒதுக்கீட்டைப் பொறுத்தமட்டில் 2015 இல் கூட பிஹார் மாநிலத் தேர்தல் பிரச்சாரம் ஒரு பக்கம் நடந்துகொண்டிருந்த போதே தற்போதைய சர்சங்சலக் மோகன் பகவத் இட ஒதுக்கீட்டுக் கொள்கையை மறு பரிசீலனை செய்ய வேண்டும் எனக் கூறியதை மறந்துவிட முடியாது. இட ஒதுக்கீட்டை ஒழித்துக்கட்ட வேண்டும் என்கிற நிலைப்பாட்டை அது நீண்ட காலமாகவே கொண்டுள்ளது. எனினும் இட ஒதுக்கீடுக்கு

ஆதரவாக எழுந்த அரசியல் எழுச்சியைக் கண்டவுடன் அது பின்வாங்கியது. இட ஒதுக்கீட்டிற்கு எதிரான மோகன் பகவத்தின் கூற்று பா.ஜ.கவைப் பாதித்துள்ளதையும் அது உணர்ந்தது. எனவே இட ஒதுக்கீட்டை முடிவுக்குக் கொண்டுவருவது குறித்து அவர்கள் இப்போது பேசுவது இல்லை. இன்னொன்றையும் நாம் கவனத்தில் கொள்ள வேண்டும். சிலவற்றைப் பேசிப் பிரச்சினை ஆக்காமலேயே தங்களின் நோக்கத்திற்குத்தக செயல்பாடுகளை அவ்வப்போது செயல்படுத்திக்கொள்ளலாம் என்பதுதான்.

இந்து ஒற்றுமையைக் கட்டமைக்கும் முயற்சியில் தலித்களை இந்துக்களுடன் ஒருங்கிணைப்பதற்கு அவர்களை சமஸ்கிருத மயமாக்கி மேலுயர்த்துவது என்கிற நிலைப்பாட்டை கோல்வால்கர் கொண்டிருந்தார். ஆனால் தியோரஸ் ஆர்.எஸ்.எஸ். அணுகல்முறைகளில் மேற்கொண்ட மாற்றங்களில் கோல்வால்கரின் சமஸ்கிருத மயமாக்குதல் என்கிற இந்தக் கருத்தைக் கைவிட்டதும் ஒன்று. சாதி முறையைக் கூட அவர் தாக்கிப் பேசத் தொடங்கினார். சமஸ்கிருத மயமாக்கல் என்கிற கருத்தை இப்போது ஆர்.எஸ்.எஸ். பேசுவதில்லை என்றெல்லாம் ஆர்.எஸ்.எஸ். மாற்றம் பெற்றுள்ளதாக முன்வைக்கிறார் ஆண்டர்சன்.

தலித்களும் பிற்படுத்தப்பட்டோரும் பிரச்சாரக்குகள் ஆகும்போது சர்சங்சலக்காகவும் ஒரு தலித் நியமிக்கப்படுவதற்கான நாள் தொலைவில் இல்லை எனவும் அவர் கூறுகிறார்.

அம்பேத்கர் தலைமையில் உருவாக்கப்பட்ட இந்திய அரசியல் சட்டத்தை அவர்கள் எதிர்த்தனர். அம்பேத்கர் சட்ட அமைச்சராக இருந்து இயற்றிய இந்துச் சட்டத்தையும் ஆர்.எஸ்.எஸ். கடுமையாக எதிர்த்தது. அம்பேத்கர் இந்து மதத்தைக் கைவிட்டு பௌத்த மதத்திற்குச் சென்றார். அவரைப் பற்றிய ஆர்.எஸ்.எஸ்.ஸின் மதிப்பீடு என்ன எனக் கேட்கும்போது அப்போதெல்லாம் அவர்கள் அம்பேத்கரைப்பற்றி என்ன விமர்சனங்களை வைத்திருந்தாலும் இப்போது அவரை ஒரு 'ஹீரோ' வாக ஏற்கின்றனர் எனக் குறிப்பிடும் ஆண்டர்சன்

அம்பேத்கரின் மதமாற்றத்தையும் இந்துமதத்தின் மீதான அவரது கடும் விமர்சனங்களையும் ஆர்.எஸ்.எஸ். எப்படிப் பார்க்கிறது என்கிற கேள்விக்கான நேரடியான பதிலைத் தவிர்க்கிறார்.

இனி ஆர்.எஸ்..எஸ் எதிர்கொள்ளும் பிரச்சினை "இந்துத்துவா" விற்கும் "இந்துயிசத்திற்கும்" உள்ள முரணை எப்படிக் களைவது என்பதுதான் என்கிறார் ஆண்டர்சன். அவர் கருத்துப்படி "இந்துத்துவா" என்பது இந்துக்களை சாதி, மொழி, தீண்டாமை முதலான வேறுபாடுகள் இன்றி இந்து என்கிற ஒரே அடையாளத்தைக் கொண்டவர்களாக ஆக்கும் இலட்சியம். "இந்துயிசம்" என்பது சாதி, தீண்டாமை, மொழி முதலான வேறுபாடுகளுடன் கூடிய நடைமுறை இந்துமதம். ஆர்.எஸ்.எஸ். தலைவர்களில் ஒருவரான தாருண் விஜய் ஒருமுறை தலித்களை ஒரு இந்துக் கோவிலுக்குள் கூட்டிச் சென்றபோது அவரை அங்குள்ள இந்துக்கள் அடித்தனர் எனவும் அப்போது சங்கப் பரிவாரத்தினர் தாருண் விஜய்க்கு முழு ஆதரவு அளித்தார்கள் என்றும் சொல்கிறார். இந்துயிசத்தை எதிர்த்துக்கொண்டு இந்துத்துவாவை அவர்கள் கட்டமைப்பதுதான் ஆர்.எஸ்.எஸ். எதிர்கொண்டுள்ள சவால் என இறுதியாக முடிக்கிறார்.

இறுதியாக முஸ்லிம்கள் குறித்த ஆர்.எஸ்.எஸ். அணுகல்முறை குறித்த அவரது கருத்தைக் காணலாம்.

1.5 யார் நல்ல முஸ்லிம்கள்?

"இந்தோனேசிய முஸ்லிம்களும் தென்னிந்திய முஸ்லிம்களும்தான் நல்ல முஸ்லிம்கள்"

- *RSS*

இறுதியாக முஸ்லிம்கள் குறித்த ஆர்.எஸ்.எஸ் அணுகல்முறை பற்றி ஆண்டர்சன் சொல்வதைக் காணலாம்.

கோல்வால்கர் முஸ்லிம் ஆட்சியைப் பற்றி, "ஆயிரம் ஆண்டுகால அடிமைத்தனம்" எனக் குறிப்பிடுவது வழக்கம். நரேந்திரமோடி இன்னும் ஒருபடி மேலே போய், "ஆயிரத்து இருநூறு ஆண்டுகால அடிமைத்தனம்" எனக் கூறத் தயங்குவதில்லை. முஸ்லிம்களின் ஆட்சி சிந்துப் பகுதியில் கி.பி 800 க்குப் பிறகும், டெல்லியில் கி.பி 1000 முதலும் நடைபெற்றது. வரலாற்றாசிரியர்கள் யாரும் பிரிட்டிஷ் ஆட்சியைச் சொல்வதைப் போல முஸ்லிம் ஆட்சிகளை, "காலனிய ஆட்சி" எனக் குறிப்பிடுவதில்லை. பிரிட்டிஷாரைப் போல முஸ்லிம் அரசர்கள் இங்கிருந்து அடித்த கொள்ளைகளைத் தங்கள் நாட்டுக்குக் கடத்திக் கொண்டிருக்கவில்லை. அவர்கள் இந்த நாட்டினராகவே வாழ்ந்தனர். அவர்களில் பலர் ரஜபுத்திரப் பெண்களை

மணந்து கொள்ளவும் செய்தனர். ஆனால் 1200 ஆண்டுகால அடிமைத்தனம் எனச் சொல்லும்போது முஸ்லிம் மற்றும் பிரிட்டிஷ் ஆட்சிகள் இரண்டையுமே காலனி ஆட்சி எனப் பொருள்படுவதைச் சுட்டிக் காட்டும் அஷுடோஷ் வார்ணே அது எப்படிச் சரியாகும் எனக் கேட்கிறார்.

"ஆர்.எஸ்.எஸ். பிரச்சாரக்குகளோ யாருமோ அப்படியெல்லாம் பேசுவதில்லை. பிரிட்டிஷ் ஆட்சிக்கும் முஸ்லிம்களின் ஆட்சிக்கும் உள்ளதாக நீங்கள் குறிப்பிடும் இந்த வேறுபாட்டை அவர்களும் ஏற்பார்கள் என்றே நம்புகிறேன்" என்பதாகவே ஆண்டர்சனின் பதில் அமைகிறது. முஸ்லிம்கள் பெரும்பாலும் இந்தியாவில் பிறந்தவர்கள் எனச் சொல்லித்தானே தியோரஸ் அவர்களை இந்தியர்களாக ஏற்றுக் கொண்டார் என்றும் ஆண்டர்சன் குறிப்பிடுகிறார். "ஆனால் மோடி கோல்வால்கர் கருத்திலேயேதானே நிற்கிறார், தியோரஸ் கருத்துக்கு வரவில்லையே" என வார்ணே மீண்டும் கேட்கும்போது, "அது ஒரு இனம் சார் (generic) பிரச்சினை. ஆர்.எஸ்.எஸ்.ஸில் சேர வரும் முஸ்லிம்களும் கூட வரலாற்று ரீதியான இந்தியப் பண்பாட்டை ஏற்க வேண்டும் என அவர்கள் கருதுகிறார்கள்" என ஆண்டர்சன் பதிலளிக்கிறார்.

ஆனால் 'வரலாற்று ரீதியான இந்தியப் பண்பாடு' என்பதில் இசை, கட்டடக் கலை, கவிதை என முஸ்லிம்களின் பங்களிப்புகள் எவ்வளவோ உண்டுதானே என வார்ணே கேட்கும்போது, "ஆனால் தென்னிந்திய முஸ்லிம்களையும், இந்தோனேசிய முஸ்லிம்களையும்தான் ஆர்.எஸ்.எஸ் அமைப்பினர் நல்ல முஸ்லிம்களாகக் கருதுகிறார்கள்" என ஆண்டர்சன் பதிலளிக்கிறார்.

இந்தோனேசியாவில் முஸ்லிம்கள் பெரும்பான்மையக இருந்தபோதிலும் அவர்கள் நாட்டில் இராமாயணம் தேசியக் காவியமாக ஏற்றுக்கொள்ளப்பட்டுள்ளதாம். தென்னிந்திய முஸ்லிம்கள் நல்லவர்கள் எனச் சொல்வதற்குக் காரணம் அவர்கள் உருது பேசாமல் தத்தம் தாய்மொழிகளைப் பேசுகிறார்களாம். ஆனால் உருது ஒன்றும் மத்திய கிழக்கு

நாடுகளில் தோன்றிய மொழி அல்லவே, அது இந்திய மொழிதானே என வார்ணே கேட்கிறபோது, "ஆம்" என்பதோடு நிறுத்திக்கொள்கிறார் ஆண்டர்சன்.

சரி இருக்கட்டும். இந்திய முஸ்லிம்கள் எல்லோரையும் தியோரஸ் பெருந்தன்மையோடு இந்தியர்கள் என ஏற்றுக் கொண்டு அவர்களை ஆர்.எஸ்.எஸ், பா.ஜ.க அமைப்புகளில் சேருங்கள் என்றார். ஆனால் 2014 நாடாளுமன்றத் தேர்தலில் உ.பி. மாநிலத்தில் 19 சதம் மக்கள் முஸ்லிம்களாக இருந்தும் அவர்களில் ஒருவரைக் கூட வேட்பாளர்களாக நிறுத்தவில்லையே எனக் கேட்கிறபோது, "அவர்களைக் கேட்டால் முஸ்லிம்களை நிறுத்தினால் வெற்றி பெறும் வாய்ப்பு இல்லை எனப் பதில் வருகிறது" எனச் சமாளிக்கும் ஆண்டர்சன், "என்ன இருந்தாலும் அவர்கள் கருத்தில் மாற்றம் ஏற்பட்டிக்கும் சூழலில் இன்னும் அதிக அளவில் முஸ்லிம் பிரச்சினைகளில் அவர்கள் அக்கறை காட்ட வேண்டும் என்பது உண்மைதான்" எனக் கடைசியாக ஏற்றுக் கொள்கிறார்.

பசுவின் பெயராலும் பிற காரணங்கள் சொல்லியும் முஸ்லிம்கள் ஆங்காங்கு தாக்கப்படுவது, கொல்லப்படுவது முதலானவற்றை ஆர்.எஸ்.எஸ் மற்றும் பா.ஜ.க வினர் ஏற்றுக்கொள்வதில்லை என ஆண்டர்சன் தன் நூலில் குறிப்பிடுகிறார். ஆனால் அப்படி முஸ்லிம்களைக் கொன்றுவிட்டு சிறைக்குச் சென்றவர்கள் பிணையில் வெளியே வரும்போது மோடி அமைச்சரவையில் உள்ளவர்கள் அவர்களை மாலையிட்டு வரவேற்பதையும், மோடி அதைக் கண்டுகொள்ளாமல் இருப்பதையும் எப்படி விளக்குவது? இப்படியான கொலைகளுக்கு எதிராக, ரொம்ப நாட்களுக்குப் பிறகு, மோடி ஏதோ கடமைக்குப் பேசினார் என்பது உண்மையே. ஆனால் தலித்கள் அவ்வாறு கொல்லப்படும்போது அவர் உணர்ச்சிவயப்பட்டுப் பேசுகிற அளவு முஸ்லிம்கள் கொல்லப்படும்போது பேசுவதில்லையே என ஆண்டர்சனுக்கு வார்ணே கிடுக்கிப்பிடி போடும்போது அவரால் எந்தச் சமாதானமும் சொல்ல முடிவதில்லை. தலித்கள் மீது நரேந்திர மோடிக்குப் பாசம் பொங்கி வழிகிறது என இதற்குப் பெயரல்ல. இப்படியான கண்ணீர்த்துளிகளின் ஊடாக

சிறுபான்மை வெறுப்புத்தான் அங்கே தூக்கிப் பிடிக்கப்படுகிறது.

"நான் அதை யோசித்ததில்லை. என் புத்தகத்திலும் அது குறித்து என் நூலில் எதுவும் எழுதவுமில்லை. நான் அதைப்பற்றி முறையாக யோசித்துச் சொல்கிறேன்" என முடித்துக் கொள்கிறார் ஆண்டர்சன்.

இறுதிக் கேள்வியாக வார்னே கேட்பது: "ஆர்.எஸ்.எஸ், பா.ஜ.க முதலியன முன்னோக்கி நடைபோடுவதற்கு நீங்கள் எவற்றை முக்கிய சவால்களாக நினைக்கிறீர்கள்?"

ஆண்டர்சன்: "மூன்று சவால்களை அவர்கள் எதிர்கொண்டுள்ளார்கள் என நினைக்கிறேன். 'இந்துத்துவா விற்கும்' 'இந்துயிசத்திற்குமான' மோதல் ஒன்று. அடுத்து பசு முதலியவற்றின் பெயர்களால் நடத்தப்படும் கொலைகளை அவர்கள் எவ்வாறு கையாளப்போகிறார்கள் என்பது. அடுத்தது. இந்திய அரசியல் பொருளாதாரத்தில் உள்ள நகர்ப்புற கிராமப்புறப் பிளவை அவர்கள் எப்படிக் கையாளப் போகிறார்கள் என்பது மூன்றாவது சவால். கிராமப் புறங்கள் பெரிய அளவில் பாதிக்கப்பட்டுள்ளன" என முடித்துக் கொள்கிறார் ஆண்டர்சன்.

பின் குறிப்பு:

நேர்காணல் இத்துடன் முடிகிறது. ஆண்டர்சனுக்கும் ஆர். எஸ்.எஸ்சுக்குமான உறவு என்பது ஒரு ஆய்வாளருக்கும் அவரது ஆய்வுப் பொருளுக்குமான நெருக்கத்தைக் காட்டிலும் அதிகமானது என்பது விளங்குகிறது. சுமார் ஐம்பதாண்டுகாலம் அவர் ஆர்.எஸ்.எஸ். அமைப்பினருடன் நெருக்கமாக இருந்துள்ளார். தொடக்க காலம் முதல் இன்றுவரை பாசிஸ்டுகள் மற்றும் சியோனிஸ்டுகளுடன் நேரடியான தொடர்புகொண்டுள்ள இயக்கம் ஆர்.எஸ்.எஸ். என்பது ஆய்வுகளால் உறுதிசெய்யப்பட்ட ஒன்று. யாரும் இதை மறுக்க முடியாது. அவர்களே இதை மறுப்பதில்லை. அதே போல *Lynching* என்பதெல்லாம் அந்த அமைப்பிற்குப் புதிய விடயங்கள்

அல்ல. மகாத்மா காந்தி கொல்லப்பட்டதை எல்லாம் அறிவோம் நாம். ஆயிரக் கணக்கானோர் கொல்லப்பட்ட மிகப் பெரிய மதக் கலவரங்களுக்கும் காரணமானவர்கள்தாம். கார்பொரேட்களுக்கும் அவர்களுக்கும் இன்று ஏற்பட்டுள்ள உறவு ஏதோ ஆண்டர்சன் முன்வைப்பதுபோல கால மாற்றத்தின் ஊடாக எற்பட்ட தவிர்க்க இயலாத ஒன்று அல்ல. கால மாற்றம் இதில் ஒரு பங்கு வகித்தாலும் கார்பொரேட்களுக்கும் பாசிசத்திற்குமான நெருக்கமான உறவு தவிர்க்க இயலாதது என்கிற கண்ணோட்டத்திலிருந்தும் இது அணுகப்பட வேண்டும்.

முறையான ஆய்வு முறையியலுடன் மேற்கொள்ளப்பட்ட ஆய்வாகவும் ஆண்டர்சனின் நூல் அமையவில்லை என்பதை ஆய்வாளர்கள் சுட்டிக் காட்டி உள்ளதையும் இக்கட்டுரையின் தொடக்கத்தில் கூறியுள்ளேன்..

ஆர்.எஸ்.எஸ். அப்பட்டமான ஒரு பாசிசத் தன்மையுடைய அமைப்பு என்பதைப் பல மேலை ஆய்வுகள் சுட்டிக் காட்டியுள்ளன. அவற்றுக்கு மத்தியில் கல்வியாளர் ஒருவரின் ‘ஆய்வின் ஊடாக’ அப்படியெல்லாம் ஒன்றும் இல்லை; சில பிரச்சினைகளும் குறைபாடுகளும் உடைய ஒரு தேசிய இயக்கம்தான் அது எனக் காட்டிக்கொள்ளும் முகமாக இந்த நேர்காணல் அவர்களுக்கு உதவும்.

இந்த நேர்காணலைப் பொறுத்தமட்டில் ஆர்.எஸ்.எஸ். அமைப்பின் சில உள் நுணுக்கங்களைப் புரிந்துகொள்ளவும், தந்திரோபாய ரீதியாக இவ் அமைப்பு மேற்கொண்டுள்ள சில அணுகல்முறை மாற்றங்களை மேலோட்டமாக விளங்கிக் கொள்ளவும் இது நமக்கு உதவும் என்பதுதான்.

1.6

ஆர்.எஸ்.எஸ். தொடங்கியுள்ள இராணுவப் பள்ளி குறித்து ஒரு குறிப்பு

(CENTRAL HINDU MILITARY EDUCATION SOCIETY)

ஆர்.எஸ்.எஸ். ஒரு இராணுவப் பள்ளியைத் தொடங்க உள்ள செய்தி 2019 இல் முன்வைக்கப்பட்டது. உத்தரப் பிரதேசத்தில் புலந்தர் சாகர் மாவட்டத்தில் அது அமையும் எனவும் அறிவிக்கப்பட்டது. "முன்னாள் ஆர்.எஸ்.எஸ். தலைவர் ராஜேந்திரசிங்கின் நினைவாக, "ராஜு பையா சைனில் வித்யா மந்திர்" என்னும் பெயரில் அது 2020 முதல் பிரயாகையில் (உத்தரப் பிரதேசம்) செயல்பட்டு வருகிறது.

6 முதல் 12ம் வகுப்புகள் வரை அப்பள்ளியில் CBSE பாடத்திட்டத்தின் அடிப்படையில் இராணுவ அதிகாரிகள் ஆவதற்கான பயிற்சியும் கல்வியும் அளிக்கப்படும் எனவும், அடுத்த மாதம் முதலே விண்ணப்பங்கள் வரவேற்கப்படும் எனவும் மேற்கு உ.பி.யின் வித்யா மந்திர் பொறுப்பாளர் அஜய் கோயல் அது குறித்து அப்போது விளக்கினார்.

ஆறாம் வகுப்பில் 160 மாணவர்கள் சேர்க்கப்படுவர். இராணுவத் தியாகிகளின் பிள்ளைகளாக உள்ள 56 பேர்களுக்கு இட ஒதுக்கீடு அளிக்கப்படும். ராஜு பையா பிறந்த ஊரான ஷிகார்பூரில் அவரது பிறந்த நாளன்றே பணி தொடங்கப்படும் எனவும் அறிவிக்கப்பட்டது. ஆர்.எஸ்.எஸ்.ஸின் ‘வித்யா பாரதி’ எனும் இந்த அமைப்பு அப்போது இந்தியா முழுவதும் 20,000க்கும் மேற்பட்ட கல்விக்கூடங்களை நடத்து வந்தது குறிப்பிடத் தக்கது.

ஓய்வுபெற்ற இராணுவ அதிகாரிகளிடமிருந்து ஆலோசனைகள் பெறப்படும் எனக் கூறும் அஜய் கோயல், “நிறைய இராணுவ அதிகாரிகள் எங்களுடனும் எங்களது கிளை அமைப்புகளுடனும் தொடர்பில் உள்ளனர். அவர்களிடம் ஆலோசனை பெறுவதற்கான சந்திப்புத் தேதி ஒரு வாரத்திற்குள் அறிவிக்கப்படும்” எனச் சொல்லியதுடன், இதுபோன்ற இராணுவப் பள்ளிகள் இன்னும் அதிகம் உருவாக்கப்படும் எனவும் கூறினார். நமது நாட்டிற்கு நிறைய இராணுவ அதிகாரிகள் தேவைப்படுகிறார்கள் எனவும் தற்போது மாவட்டத்திற்கு ஒரு இராணுவப் பள்ளிதான் உண்டு என்பதால் இன்னும் அதிக இராணுவப் பள்ளிகள் தேவைப்படுகின்றன என்றும் அவர் அப்போது விளக்கம் அளித்தார்..

‘மக்களை இராணுவமயப்படுத்துவது’ (*militarization*) என்பது ஆர்.எஸ்.எஸ்.சின் கொள்கைகளில் ஒன்று என்பது நினைவுகூரத்தக்கது.

இங்கொன்றைச் சொல்ல வேண்டும். ஆர்.எஸ்.எஸ்.சின் வித்யா மந்திர் நடத்தும் பள்ளிகளில் இராணுவப் பள்ளிகள் அதுவரை ஏதுமில்லை. ஆனால் மகாராஷ்டிரத்தில் நாசிக்கில் ‘போன்சாலா இராணுவப் பள்ளி’ என்று ஒன்று இருந்தது. மாலேகான் பயங்கரவாதத் தாக்குதலின்போது அதன் பெயர் பெரிய அளவில் அடிபட்டது. அந்தப் பள்ளியை 1937இல் உருவாக்கிய டாக்டர் மூஞ்சேதான் ஆர்.எஸ்.எஸ். உருவாவதற்கும் காரணமாக இருந்தவர். ‘மத்திய இந்து இராணுவக் கல்விக் கழகம்’ (*Central Hindu Military Education*

Society) எனும் அமைப்பால் நடத்தப்பட்டுவரும் அந்தப் பள்ளி ஆர்.எஸ்.எஸ்.ஸின் நேரடிக் கட்டுப்பாட்டில் இல்லாதபோதும் அதனுடன் நெருக்கமான தொடர்புடையதாகத்தான் இருந்து வருகிறது. ஆர்.எஸ்.எஸ். தலைவர்கள் அப்பள்ளி நிகழ்ச்சிகளில் பங்குபெறுவது தொடர்ந்து நடந்துவருவதும் குறிப்பிடத்தக்கது.

ஆறுபேர்கள் கொல்லப்பட்டு, ஏராளமானோர் படுகாயம் அடைந்த மாலேகான் தொடர் குண்டு வெடிப்பு நடந்தபோது 2008 செப் 16 அன்று சதிகாரர்கள் அங்குதான் கூடி சதித்திட்டம் தீட்டினர் என்கிற குற்றச்சாட்டும் இங்கே நினைவுகூரத்தக்கது.

1.7

ஹிமானி சாவர்க்கர்: சாவர்க்கர்—கோட்சே இருவரின் வாரிசு

ஹிமானி சாவர்கர் (1947-2015) எனும் 'துணிவுமிக்க' பெண்மணியை நீங்கள் தெரிந்துகொள்ள வேண்டும். இந்து மகாசபையில் மட்டுமின்றி மாலேகான் பயங்கரவாதத் தாக்குதலின்போதும் மேலுக்கு வந்த பெயர்களில் ஒன்று அவருடையது. ஒருகாலத்தில் சாவர்க்கர், மூஞ்சே (1872-1948) போன்றோரால் உருவாக்கப்பட்ட இந்த அமைப்பு அதே பெயரில் 2006 இல் அதேபோன்ற நோக்கங்களுடன் மீண்டும் உருவாக்கப்பட்டபோது அதற்குத் தலைமையேற்றவர்தான் இந்த வீரப் பெண்மணி.

காந்தியைக் கொன்றதற்காகத் தூக்கிலேற்றப்பட்ட நாதுராம் கோட்சேயின் சகோதரன் கோபால் கோட்சேயின் மகள் இவர். இந்த கோபால் கோட்சேயும் கொலைச் சதியில் பங்கேற்றதற்காக ஆயுள் தண்டனை பெற்றவர்தான். காந்தியை அவர்கள் கொன்றபோது இந்த மகள் பத்து மாதக் குழந்தை. பெயர் அசிலதா. தந்தை விடுதலையாகி வந்தபோது இந்த மகளின் வயது 18. காந்தி கொலையில் சதிகாரர் எனவும், காந்தியைக் கொன்று வீழ்த்துவதற்குக் கோட்சேயின் கைகளில் துப்பாக்கியைக் கொடுத்து அனுப்பியதாகக் குற்றம் சாட்டப்பட்டு, பின்னர் விடுதலை செய்யப்பட்ட சாவர்க்கரின் தம்பியுமான நாராயண்

ஹிமானி சாவர்க்கர்

சாவர்க்கருக்கு ஒரு மகன் உண்டு. அவன் அசிலதாவைத் திருமணம் செய்து கொண்டான். அதன்பின் அவள் ஹிமானி சாவர்க்கர் ஆனார்.

இப்படி கோட்சே-சாவர்க்கர் என்கிற இரு புகழ்பெற்ற குடும்பங்களுக்கும் வாரிசாகவும் ஆனார் ஹிமானி சாவர்க்கர். இவர் கட்டடக் கலையில் தேர்ச்சி பெற்றவரும் கூட *(architect)*. அவர் கி.பி *2000* க்குப் பின் இந்து மகாசபையில் இணைந்து செயல்பட்டார். *2006* இல் சமீர் குல்கர்னியின் அழைப்பை ஏற்று இந்து மகாசபையின் தலைவராகவும் ஆனார். கோட்சே, சாவர்க்கர் எனும் இருபெரும் குடும்பங்களின் இணைவில் பிறந்தவர் என்றால் சொல்லவும் வேண்டுமா.

“குண்டுவெடிப்பிற்கு குண்டுவெடிப்பே பதிலடி. முஸ்லிம்களின் வன்முறையை அப்படித்தான் எதிர்கொள்ள வேண்டும்” என்று முழங்கியவர் இவர். பூனா ஒரு பிராமண மையம். காந்தி கொலைக்குப் பின் ஆங்காங்கு சிதறிக் கிடந்த மராத்தி பிராமணர்கள் பூனாவில் வந்து மையம்கொண்டனர் என்கிறார்

இது குறித்து எழுதியுள்ள சைகத் தத்தா *(Saikat Dutta, Outlook, Nov 17, 2008).*

2008 செப்டம்பர் 29 அன்றுதான் மாலேகான் பயங்கரவாதத் தாக்குதல் நடந்தது. ஆறு பேர்கள் கொல்லப்பட்டு, 90 பேர்கள் காயம் அடைந்தனர். பின்னர் பா.ஜ.க நாடாளுமன்ற உறுப்பினராக ஆக்கப்பட்ட சாத்வி பிரக்ஞாசிங் தாகூர் எனும் பெண் துறவி, சமீர் குல்கர்னி, ஓய்வுபெற்ற இராணுவ மேஜர் ரமேஷ் உபாத்யாயா, அபய் ராதிர்கர், ரமேஷ் தவாலே, அப்போது இராணுவத்தில் பதவியில் இருந்த லெப்டினன்ட் கவர்னர் ஸ்ரீகாந்த் புரோகித் என மாலேகான் பயங்கரவாதத் தாக்குதலுக்காகக் கைதுசெய்யப்பட்ட எல்லோரும் ஹிமானி சாவர்கரின் தலைமையில் இயங்கிய ‘அபிநவ் பாரத்’ அமைப்பைச் சேர்ந்தவர்கள் என்பதும் குறிப்பிடத்தக்கது.

“சென்றுபோன பல நூற்றாண்டுகளில் பல இலட்சக்கணக்கான இந்துக்களைக் கொன்றவர்களைப் பழிவாங்குவோம்” எனும் முழக்கத்தை இவர்கள் வைத்தனர். மும்பையில் இந்த இயக்கம் பதிவு செய்யப்பட்டாலும் பூனாவிலேயே அது மையம் கொண்டிருந்தது. போபால், விடிஷா, ராங்சன் முதலான மத்தியப் பிரதேச மாவட்டங்களிலும் அது பரவி இருந்தது என அவுட்லுக் இதழ் அப்போது எழுதியது. “முஸ்லிம்கள் தரும சத்ருக்கள்... (அவர்களுக்கு) அனுதாபமோ மன்னிப்போ கிடையாது, இனி போர்தான். அது தீவிரமாக இருக்கும்...” என அவர்கள் முழங்கினர். ரமேஷ் உபாத்யாயா இந்த இயக்கத்தின் செயல்தலைவராக இருந்தார்.

சிவநாராயண்சிங் கல்சங்கரா, ராமச்சந்திர கல்சங்கரா முதலான வேறு சிலரும் மாலேகான் தாக்குதலில் பங்குபெற்றதாகக் குற்றம்சாட்டிய பயங்கரவாத எதிர்ப்புக் காவற்படை (ATS), ராமச்சந்திர ராவும் பிரக்ஞாவும் இது குறித்து உரையாடிய ஒலிநாடா என்று ஓர் ஆதாரத்தையும் முன்வைத்தது. நாசிக்கில் உள்ள போன்சாலா இராணுவப் பள்ளியில்தான் அவர்கள் கூடி சதித்திட்டம் தீட்டினர் என்று அவர்கள் குற்றம்சாட்டப்பட்டது குறிப்பிடத்தக்கது.

1.8
டாக்டர் மூஞ்சேயின் பாசிசத் தொடர்புகள்

தற்போது மகாராஷ்டிர மாநிலம் நாசிக்கில் 160 ஏக்கர் பரப்பில் அமைந்துள்ள இந்தப் பள்ளி (Bhonsala Military School) ஆர்.எஸ்.எஸ்ஸுக்கு வித்திட்ட டாக்டர் பாலகிருஷ்ண சிவராம்ஜி மூஞ்சேயால் (Dr B.S.Moonje) தொடங்கப்பட்டது என்பது அறியத்தக்கது. லண்டனில் நடந்த வட்டமேஜை மாநாட்டில் கலந்துகொண்ட மூஞ்சே 1931 பிப்ரவரி, மார்ச் மாதங்களில் ஐரோப்பியச் சுற்றுப்பயணம் ஒன்றை மேற்கொண்டார். பயணத்தில் பெரும்பகுதி அப்போது ஐரோப்பாவில் கிளைத்திருந்த பல்வேறு பாசிச நிறுவனங்கள், பள்ளிகள், உடற்பயிற்சிக் கழகங்கள் ஆகியவற்றை நேரில் சென்று பார்ப்பதில் கழிந்தது. இரண்டாம் உலகப் போருக்கு முந்தைய அக்காலகட்டத்தில் மிகப்பெரிய அளவில் ஐரோப்பாவில் பாசிச நிறுவனங்கள் கிளைத்திருந்தன. அவற்றை வியப்புடன் பார்த்துச் சிலிர்த்த மூஞ்சே, தனது பயணத்தின் உச்சகட்டமாக இத்தாலியச் சர்வாதிகாரி சிக்னோர் முசோலினியைச் சந்தித்தார் (விவரங்களுக்குப் பார்க்க: நான் எழுதிய 'இந்துத்துவத்தின் பன்முகங்கள்,' உயிர்மை வெளியீடு, பக். 184-188).

அங்குள்ள பாசிச அமைப்புகளையும் நிறுவனங்களையும் விதந்து பாராட்டிய மூஞ்சே, "இராணுவத் தன்மையிலான இந்தியப்

போன்சாலா இராணுவப் பள்ளி

புத்துயிர்ப்புக்கு இத்தகைய அமைப்புகளின் தேவை அதிகமாக உள்ளது" என்று தன் கருத்தை முன்வைத்து முசோலினியின் வாழ்த்துகளோடு திரும்பினார். தமது முக்கியச் சீடரும் ஆர்.எஸ்,எஸ் அமைக்கப்பட்டபோது அதன் முதல் தலைவராக இருந்தவருமான ஹெட்கேவருடன் இணைந்து மூஞ்சே அப்பணிகளைத் தொடங்கினார்,

அப்போது ஒரு மராட்டிய இதழுக்குப் பேட்டி அளித்த மூஞ்சே, "உண்மையில் நமது தலைவர்கள் ஜெர்மானிய இளைஞர் அமைப்பு 'பலில்லா' மற்றும் இத்தாலிய பாசிச அமைப்புகளைப் பின்பற்ற வேண்டும். இந்தியாவில் அறிமுகப்படுத்துவதற்கு அவை மிகவும் பொருத்தமானவை" என்றார். மூஞ்சே, ஹெட்கேவர், லாலு கோகலே என்கிற மூவரும் இத்திசையில் தீவிரமாகச் செயல்பட்டனர். 1934 ஜனவரி 31 அன்று ஹெட்கேவர் தலைமையில் "பாசிசமும் முசோலினியும்" எனும் தலைப்பில் மாநாடொன்றும் நடத்தப்பட்டது.

பின்னர் மூஞ்சே மத்திய இந்து இராணுவக் கல்விக் கழகத்திற்கான

டாக்டர் மூஞ்சே

பணியைத் தொடங்கினார். இங்கிலாந்து, பிரான்ஸ், இத்தாலி, ஜெர்மனி முதலிய ஐரோப்பிய நாடுகளில் உள்ள இராணுவப் பயிற்சிப் பள்ளிகளின் மாதிரியில் இது அமைக்கப்படும் என வெளிப்படையாகப் பேசி இம்முயற்சி மேற்கொள்ளப்பட்டது குறிப்பிடத்தக்கது. மூஞ்சே உருவாக்கிய 'மத்திய இராணுவக் கழகம் மற்றும் இராணுவப் பள்ளிக்கான திட்ட வரைவு' எனும் ஆவணத்தின் முன்னுரையில் *(1935)*,

"வெற்றியை நோக்கிய பெரும் இலட்சியத்துடன், மக்கள் திரளைக் கொன்று குவிக்கும் விளையாட்டிற்குத் தகுதி உடையவர்களாக நம் சிறுவர்களைத் தயாரிப்பதே நம் பயிற்சியின் நோக்கம். எதிரிக்கு உச்சபட்ச இழப்புகளையும் மரணங்களையும் ஏற்படுத்துவதாகவும், நமது தரப்பில் ஆகக் குறைந்த இழப்புகளை மட்டுமே ஏற்படுத்துவதாகவும் இந்த வெற்றி அமைய வேண்டும்."

என்று குறிப்பிடப்பட்டது.

"அமைதி என்பது கோடிக்கணக்கான எஃகு வாட்களின் மீதுதான் கட்டப்பட வேண்டும்" எனும் முசோலினியின் மேற்கோள், ஜெர்மானியப் பேராசிரியர் ஈவால்ட் பான்சே எழுதிய, "இராணுவ விஞ்ஞானம்" எனும் நூலிலிருந்து எடுக்கப்

பட்ட சில தீவிர வாசகங்கள் முதலியன அவர்களின் முக்கிய முழக்கங்களாக இருந்தன.

"குழந்தைப் பருவம் முதல் ஒரு நாட்டின் சிந்தனையில் போர் என்கிற எண்ணம் பதிக்கப்பட்டிருக்க வேண்டும். களத்தில் செத்துக்கொண்டிருக்கும் ஒரு போராளி தனது இரத்தம் தேசக் கடவுளின் பீடத்தில் பாய்கிறது என்று அறிவானேயானால் மகிழ்ச்சியோடு மரணத்தைத் தழுவுவான்..."

என்பன போன்ற பல மேற்கோள்களுடன் அவை அமைந்திருந்தன. முத்தாய்ப்பாக,

"எனவே, இனி குடிமகனுக்கும் படைவீரனுக்கும் இடையிலான வேறுபாடுகள், சிவிலியனுக்கும் சீருடைக்காரனுக்கும் இடையிலான வேறுபாடுகள் இல்லாதொழியும்"

என்கிற பிரகடனத்துடன் அது முடிந்தது.

இத்தாலியத் தூதரகங்களுடன் நெருக்கமான தொடர்புகள் கொண்டு பல வேலைகள் நடந்தன (பார்க்க: முன் குறிப்பிட்ட என் நூல் பக்:186-188). முசோலினியின் பாசிச அறிக்கை தாம்லே என்பவரால் மொழியாக்கம் செய்யப்பட்டு (1939) தொடர்ச்சியாக அது அவர்களின் 'லோகாண்டி மோர்ச்சா' எனும் இதழில் வெளியிடப்பட்டது.

முன்னதாக பாசிசக் கருத்துகளால் ஈர்க்கப்பட்டு இங்கு உருவான மற்றொரு அமைப்பான எம்.ஆர்.ஜெயகரின் 'ஸ்வஸ்திகா கழகம்' (1929) எனும் அமைப்பும் சிறுவர்களுக்கு இராணுவப் பயிற்சியை வற்புறுத்தியது. இத்தாலியத் தூதரகம் பெரிய அளவில் அவர்களுடன் இந்த அம்சங்களில் ஒத்துழைத்தது. மும்பை ஆவணக் காப்பகத்தில் உள்ள பிரிட்டிஷ் உளவுத்துறைக் குறிப்புகளில் இது குறித்த பல செய்திகள் உள்ளன.

இப்படியான ஒரு பின்னணியில்தான் டாக்டர் மூஞ்சே 'மத்திய இந்து இராணுவக் கல்விக் கழகம்' எனும் அமைப்பை நாசிக்கை மையமாகக் கொண்டு 1935 இல் உருவாக்கினார். 1937 இல் குவாலியர் மகாராஜா ஜிவாஜிராவ் சிந்தியாவின் உதவியுடனும் வாழ்த்துகளுடனும் தொடக்கத்தில் 90 மாணவர்களுடன்

உருவானதுதான் 'போன்சாலா இராணுவப் பள்ளி' *(Bhonsala Military School, Nasik, Maharashtra)*. அப்போது மூஞ்சேயின் வயது *65*.

இந்தப் பள்ளியில்தான் *2008* செப் *16* அன்று மாலேகான் குண்டு வெடிப்புக்குத் திட்டம் தீட்டப்பட்டது எனக் குற்றம்சாட்டியது இதை விசாரித்த பயங்கரவாத எதிர்ப்புப்படை. *(ATS)*.

"குண்டுக்குக் குண்டு ஏன் பதிலாக இருக்க முடியாது?" ஹிமானி சாவர்க்கர்.

போன்சாலா இராணுவப் பள்ளியில் இப்படி ஒரு சதி ஆலோசனைக் கூட்டம் நடத்துவது எப்படிச் சாத்தியமானது என பள்ளியின் முக்கிய அதிகாரிகளில் ஒருவரான டி.கே. குல்கர்னியை விசாரணை அமைப்பு கேட்டபோது, "மாலேகான் பயங்கரவாதத் தாக்குதலில் குற்றம்சாட்டப்பட்ட லெப்டினன்ட் கவர்னர் ஸ்ரீகாந்த் புரோகித் வேண்டிக் கொண்டதால் அனுமதி அளிக்கப்பட்டது" என்று பதில் வந்தது. அப்போது பள்ளியில் புதிதாகப் பதவி ஏற்றிருந்த கமான்டன்ட் கர்னல் எஸ்.எஸ். ராய்கரும் புரோகித்தும் ஒன்றாக வேலை செய்தவர்கள் என்பதால் எளிதில் அந்தச் சந்திப்பிற்கு அனுமதி கொடுக்கப்பட்டது என்றும் விளக்கம் அளித்தனர். "அது (அதாவது மாலேகான் பயங்கரவாதத் தாக்குதலுக்குக் காரணமான அமைப்பு) அநீதிக்கு எதிராகப் போராடும் ஒரு அமைப்பு" என்று மட்டும் தங்களுக்குத் தெரியும் என்றார் குல்கர்னி.

புரோகித் நாசிக்கில் உள்ள 'இராணுவ மக்கள் தொடர்புப் பிரிவில்' *(Army Liaison Unit ALU)* பணியாற்ற நேர்ந்தபோது போன்சாலா பள்ளியுடன் மிக நெருக்கமாக இருந்துள்ளார். ஆண்டுதோறும் இப்பள்ளியில் நடக்கும் சிறப்புரைகள் சிலவற்றில் புரோகித்தின் உரைகள் இடம்பெற்றதையும் குல்கர்னி கூறினார். ராய்கருக்கும் புரோகித்துக்குமான தொடர்பையும் *ATS* விசாரித்தது.

இராணுவத்தில் ஒரு நல்ல பதவியில் இருந்த ராய்கர் ஏன்

டி.கே. குல்கர்னி

முன்கூட்டியே பதவி விலகலைக் கோரினார்? பொதுவாகக் கருணை அடிப்படை அல்லது பதவி உயர்வு மறுக்கப்படுவது போன்ற பிரச்சினைகளில்தான் இப்படி பதவி விலகலை யாரும் கோருவார்கள். ஆனால் ராய்கரைப் பொறுத்தமட்டில் அப்படி ஏதும் பிரச்சினையில்லை. இராணுவம் அவரைச் சிறப்புப் பயிற்சிக்காக அமெரிக்காவுக்கு எல்லாம் அனுப்பியுள்ள சூழலில், அவர் பதவி விலகுவதற்கு எந்த நியாயமும் இல்லை. காரணம் இல்லாமல் இராணுவம் எளிதில் இப்படி பணிவிலகலுக்கு அனுமதிப்பதும் இல்லை. ஆனால் ராய்கர் விடயத்தில் எல்லாம் நடந்தது. பதவி விலகும் அந்த அதிகாரி இப்படியான ஒரு பள்ளிக்குப் பொறுப்பேற்கப் போகிறார் என்பதும் கவனத்தில் எடுத்துக்கொள்ளப்படவில்லை,

இப்படியான வேறொரு இராணுவப் பயிற்சியகமான *Maharashtra Military Foundation* எனும் பயிற்சிப் பள்ளியில் படித்துத் தேறி இராணுவப் பதவிக்குச் சென்றவர்தான் குற்றம்சாட்டப்பட்ட லெப்டினன்ட் கவர்னர் புரோகித்தும்

கூட. அதன் தலைவராக இருந்த லெப்டினன்ட் கவர்னர் ஜயந்த் சிதாலே என்பவரையும் 'அவுட்லுக்' இதழுக்காக சைகத் தத்தா சந்தித்துப் பதிவுசெய்துள்ளார். இராணுவத்தில் இருந்து ஓய்வுபெற்ற பின்னர்தான் சிதாலே இந்தப் பள்ளியில் பொறுப்பேற்றார் என்பது குறிப்பிடத்தக்கது, "ஆயிரத்துக்கும் மேற்பட்ட என் பசங்க இப்போது இராணுவத்தின் மூன்று 'சர்வீஸ்' களிலும் உள்ளனர். இந்த தேசத்திற்காக எதையும் செய்யும் நோக்கில் அவர்கள் ஆர்வம் ஊட்டப்பட்டுள்ளனர்" என்று கூறும் அவர், கடந்த இருபதாண்டுகளில் தன்னிடம் பயிற்சி பெற்று இராணுவத்தில் சேர்ந்து உயர் பதவிகளில் உள்ளோரின் கையொப்பங்கள் அடங்கிய 'பார்வையாளர் புத்தகம்' (*visitors book*) ஒன்றை வைத்துள்ளார். அதில் கையொப்பமிட்டு உள்ளவர்களில் ஒருவர்தான் லெப் கவர்னர் புரோகித். 1993 பிப் 20 அன்று அந்தக் கையொப்பம் இடப்பட்டுள்ளது.

"அவன் ஒரு புத்திசாலிப் பையன்...." என்கிறார் சிதாலே. படைவீரர்களுக்கான உரிமைகளும் பெருமைகளும் அங்கீகரிக்கப்படாத வெறுப்புதான் இப்படியான மாலேகான் போன்ற தாக்குதல்களில் புரோகித் போன்றவர்கள் பங்குபெறுவதற்குக் காரணமாக்கிவிடுகிறது என்பது சிதாலேயின் கருத்து. 2002 ஆம் ஆண்டில் "அர்ப்பணிப்பு மிக்க மகாராஷ்டிர இளைஞர்களின் தற்கொலை கமாண்டோ படை" ஒன்றை அவர் உருவாக்கியதாகவும் அவர் அவுட்லுக் பத்திரிகையாளரிடம் கூறியுள்ளார். இந்தச் செய்தி பரவியதும் இராணுவ அதிகாரிகள் வந்து அதைக் கைவிடும்படி கோரினார்களாம்.

"பலவகையான பயங்கரவாதங்கள் உண்டு. நகைகளைப் பறித்துக்கொண்டு ஓடுவது முதல், பாகிஸ்தான் போன்ற அந்நிய நாடுகளால் தூண்டிவிடப்படும் பயங்கரவாதங்களும் உண்டு. அவர்கள் இங்குள்ள ஒரு பேருந்தை வெடிவைத்துத் தகர்க்க முடியுமானால், நாம் அங்குள்ள ஐந்து பேருந்துகளைத் தகர்க்கும் திறன் கொண்டவர்களாக இருக்க வேண்டும். இவ்வகையான பயங்கரவாதத்தை எதிர்கொள்ள அதுவே வழி"

என்றார் அந்த ஓய்வுபெற்ற லெப் கவர்னல் ஜயந்த் சிதாலே.

ஹிமானி சாவர்க்கரிடம் தொடங்கினோம். அவரது கூற்றோடு முடிப்போம்: "என் கன்னத்தில் ஒருவர் அடித்தால் இன்னொரு கன்னத்தையும் திருப்பிக் காட்டும் தத்துவத்தில் எனக்கு நம்பிக்கை இல்லை. நாம் திருப்பி அடிக்க வேண்டும். குண்டுக்கு குண்டு ஏன் பதிலாக இருக்க முடியாது."

REF

- *Saikat Datta, "Godse's War", Outlook, 17, Nov, 2008*
- *Marzia Casalori, Hindutva's Foreign Tieup in the 1930s, Economic and Political Weekly, 22, Jan 2000,*
- *அ.மார்க்ஸ், இந்துத்துவத்தின் பன்முகங்கள், உயிர்மை பதிப்பகம், 2014*

இரண்டு
கோல்வால்கர் குறித்துச் சில

2.1
உயர்கல்வி நிறுவனத்துக்கு கோல்வால்கர் பெயர்

கேரளத்தில் உள்ள "ராஜீவ்காந்தி பயோ டெக்னாலஜி" - கல்வி நிறுவனத்தின் இரண்டாவது கேம்பசுக்கு கோல்வால்கர் பெயரைச் சூட்டுவது என முடிவெடுக்கப்பட்டுள்ளதாக 2020 இல் செய்திகள் வந்தபோது அதற்குக் கடும் எதிர்ப்புகள் வெளிப்பட்டன. ஆர்.எஸ்.எஸ். அமைப்பினரே கோல்வால்கர் பெயரைச் சூட்டுவது தமக்கு நல்ல பெயரைத் தராது எனப் பின்வாங்கும் நிலைக்குத் தள்ளப்பட்டனர். என்ன பெயர் வேண்டுமானாலும் வைக்கலாம் என்கிற நிலைப்பாடு பின்னர் எடுக்கப்படதாகச் செய்திகள் வந்தன.

ஆர்.எஸ்.எஸ். தலைவர்களாக இருந்தவர்களிலேயே ஆகக் கொடூரமும் ஆபாசமும் மிக்க சில கருத்துகளை முன்வைத்தவர் கோல்வால்கர். இடைக்காலத்தில் மறைக்கப்பட்டிருந்த அவரது ஆபாச உரை ஒன்று இந்தப் பின்னணியில் இப்போது ஆனந்த் பட்டவர்தன் முதலான உலகறிந்த இந்திய எழுத்தாளர்களால் வெளிப்படுத்தப்பட்டுள்ளது. இதனூடாக சங்கப் பரிவாரத்தினரே இன்று வெட்கப்படும் நிலை ஏற்பட்டது.

1960 டிசம்பர் 17 அன்று குஜராத் பல்கலைக்கழகத்தின் "சமூக அறிவியல் பள்ளி" யில் உரையாற்ற கோல்வால்கர் அழைக்கப் பட்டிருந்தார். அங்கு அவர் தான் பேசிக் கொண்டுள்ளது ஒரு உயர் கல்வி நிறுவனத்தில் உள்ள இளம் மாணவர்கள் முன் என எள்ளளவும் கவலைப்படாமல் தனது வருணாசரம அடிப்படையிலான ஒரு ஆபாசக் கோட்பாட்டை சற்றும் தயக்கமின்றி உமிழ்ந்தார். அது பின்னர் கடும் சர்ச்சைக்கு உள்ளானது. பா.ஜ.க வினரே அப்படி கோல்வால்கரின் பெயரை வைப்பது நல்லதல்ல எனும் நிலைப்பாட்டை எடுக்க வேண்டிய நிலைக்குத் தள்ளப்பட்டதன் பின்னணி இதுதான்..

இந்தியச் சமூகத்தில் நடந்ததாகக் கூறப்படும் ஒரு ஆக அபத்தமும், ஆபாசமுமான ஒரு வழக்கத்தை கோல்வால்கர் சற்றும் சிந்திக்காமல் மிக்க பெருமிதத்துடன் புகழ்ந்து பேசியது நினைவு கூரப்பட்டு கோல்வால்கரின் பெயர் இன்றைய இந்த நிறுவனக் கிளைக்கு வைக்கக் கூடாது என்கிற கருத்து அங்கு மேலெழுந்தது. முன்வைக்கப்பட்ட கோல்வால்கரின் ஒரு கருத்தை, அவரை உயர்த்திப் பிடிக்கும் சங்கப் பரிவாரத்தினரே இன்று இந்தக் கொடும் உரையை இன்று ஆர்.எஸ்.எஸ். அமைப்பினரே வெட்கப்பட்டு மறைக்க வேண்டிய நிலை ஏற்பட்டுள்ளது.

மாணவர்கள் மத்தியில் பேசப்பட்ட அவரது அந்த ஆபாச உறையில் சில:

"இப்போது இனக் கலப்புக் கருத்தரிப்பு (cross-breeding) என்பது மிருகங்கள் மத்தியில்தான் செய்யப்படுகிறது. நவீன விஞ்ஞானத்தைப் புகழ்பவர்கள் கூட இந்தக் கருத்தரிப்பை (cross-breeding) மனிதர்கள் மத்தியில் செய்யத் தயங்குகின்றனர். இப்போது கூட இனக்கலப்புக் குழந்தைகள் பிறந்து கொண்டுதான் உள்ளன. ஆனால் அது அறிவியல் சோதனைகள் மூலம் பிறப்பவை அல்ல. அவை வெறும் காம வெறியின் விளைவாகவே நடைபெறுபவை.

"நமது மூதாதையர்கள் இந்தத் திசையில் மேற்கொண்ட சில சோதனைகளை உங்களுக்குச் சொல்லுகிறேன். இப்படியான

இனக் கலப்பு மூலமாகப் பிள்ளைகளை உற்பத்தி செய்வதன் மூலம் மானுட இனங்களை மேலும் சிறந்தவையாக ஆக்குவது என்பதைக் காலம் காலமாக நம்பூதிரி பிராமணர்கள் கேரளத்தில் செயல்படுத்தி வருகின்றனர். அதற்காகவே வடக்கில் இருந்த நம்பூதிரி பிராமணர்கள் கேரளாவில் குடியேறினார்கள். அங்கே ஒரு விதி உருவாக்கப்பட்டது. நம்பூதிரிக்குப் பிறந்த மூத்த மகன் கேரளாவில் உள்ள வைஸ்ய அல்லது சத்திரிய அல்லது சூத்திரப் பெண்ணையே திருமணம் செய்ய வேண்டும் என்பதுதான் அந்த விதி."

அடுத்து அவர் சொன்னதுதான் ஆக ஆபாசமான ஒன்று.

"இன்னும் துணிச்சலான இன்னொரு விதி ஒன்றும் அங்கு உருவாக்கப்பட்டது. அது என்ன தெரியுமா? எந்த சாதியைச் சேர்ந்த பெண் ஆனாலும் அவளது முதல் குழந்தைக்கு ஒரு நம்பூதிரிப் பார்ப்பனர்தான் தகப்பனாக இருக்க வேண்டும் என்பதுதான் அந்த விதி. அந்தப் பெண் அதற்குப் பிறகு தன் புருஷனுக்குப் பிள்ளை பெற்றுக் கொள்ளலாம். இது நமது மூதாதையர்கள் செயல்படுத்திய ஒரு சோதனை.

"இன்று இந்தச் சோதனையை கள்ள புருஷனுடனான உறவு எனச் சொல்லலாம். ஆனால் அது அப்படி அல்ல. ஏன் என்றால் அது முதல் பிள்ளை பெறுவதற்கு மட்டும்தான். அடுத்த பிள்ளைகளை அவள் சொந்தப் புருஷனுக்குப் பெற்றுக் கொள்ளலாம்."

(இந்த உரையின் ஒரிஜினல் வடிவம் ஆர்.எஸ்.எஸ்ஸின் 1961, ஜனவரி 2 ஆம் தேதிய (ஆங்கில) 'ஆர்கனைசர்' இதழில் 5 ஆம் பக்கத்தில் வந்துள்ளது. அதன் ஆங்கில வடிவம் இந்தக் கட்டுரையின் இறுதியில் தரப்பட்டுள்ளது.)

இது எத்தனை கொடூரமான வருண - சாதி வெறியுடன் சொல்லப்படுகிறது என்பதை நாம் கவனிக்க வேண்டும். இந்தக் கொடூரங்களை இப்படி வரிசைப்படுத்தலாம்:

கொடூரம் (1): முதலில் கோல்வால்கரின் கூற்றுப்படி இந்திய மக்களை உயர்ந்த, மேலான பிறவிகள் *(superior Race or breed)*

எனவும், கீழான பிறவிகள் *(inferior Race)* எனவும் இரண்டாகப் பிரிக்கலாம்.

கொடூரம் *(2)*: இதில் ஆகக் கொடுமை என்னவென்றால் இந்தக் கீழான பிறவிகளை மேம்படுத்தத் தகுதியானவர்கள் நம்பூதிரி பார்ப்பனர்கள்தான்.

கொடூரம் *(3)*: ஆணாதிக்க உணர்வுடன் வெளிப்படும் இந்த கோல்வால்கரின் கொள்கைப்படி தெற்கே உள்ள இந்தத் தாழ்ந்த வருணப் பிறவிகளைத் தரம் உயர்த்த வரும் பொலிகாளைகள் நம்பூதிரிகளாக இருந்தால் மட்டும் போதாதாம். அவர்கள் வடக்கே இருந்து வரும் நம்பூதிரிப் பார்ப்பனர்களாகவும் இருக்க வேண்டுமாம். ஆக வருண ஏற்றத்தாழ்வு மட்டுமல்ல. வடக்கு, / தெற்கு ஏற்றத்தாழ்வும் இங்கே முன்வைக்கப்படுகிறது.

(படிப்பதற்கு எளிதாகக் கீழே உள்ள அந்த ஆங்கில உரையின் அச்சு வடிவம் இங்கே டைப் செய்யப்பட்டுள்ளது:

Golwalkar was invited to address the students of the School of Social Science of Gujarat University on December 17, 1960. In this address, while underlying his firm belief in the Race Theory, he touched upon the issue of cross-breeding of human beings in the Indian society in history.

He said:

"Today experiments in cross-breeding are made only on animals. But the courage to make such experiments on human beings is not shown even by the so-called modern scientist of today. If some human cross-breeding is seen today it is the result not of scientific experiments but of carnal lust. Now let us see the experiments our ancestors made in this sphere. In an effort to better the human species through cross-breeding the Namboodri Brahamanas of the North were settled in Kerala and a rule was laid down that the eldest son of a Namboodri family could marry only the daughter of Vaishya, Kashtriya or Shudra communities of Kerala. Another still more courageous rule was that the first

off-spring of a married woman of any class must be fathered by a Namboodri Brahman and then she could beget children by her husband. Today this experiment will be called adultery but it was not so, as it was limited to the first child."

References:

1.Ref: M.S. Golwalkar cited in Organizer, January 2, 1961, p. 5.

2. MYTH BUSTER, Removed passages of Golwalkar that preached act of sex to 'purify' low-castes, JULY 15, 2020, WEB DESK

ஆர்.எஸ்.எஸ்.: குருஜி கோல்வால்கரின் இந்தக் கருத்து அவர் எங்கோ அனாமத்தாகச் சொன்ன ஒன்றல்ல. 1960 டிசம்பர் 17 அன்று குஜராத் பல்கலைக்கழக சமூக அறிவியல் துறையில் மாணவர்கள் மத்தியில் பேசும்போது என்பதுதான் இன்னும் இதில் கொடுமை. தலைவர்களாக உள்ளவர்கள் எங்கு, எதைப் பேச வேண்டும் என்கிற அடிப்படை நியதியைக்கூட கண்டு கொள்ளாமல் பேசப்பட்ட ஒன்று இது என்பதை விளக்க வேண்டியதில்லை.

தற்போது அறிவியலாளர்களால் கைவிடப்பட்ட 'இனக் கொள்கை' (Race Theory) என்பதைப் புகழ்ந்து பேசுகையில்தான் அவர் இப்படிச் சொன்னார்.

தலைவர்களாக ஏற்றுக்கொள்ளப்பட்டவர்கள் ஒரு காலத்தில் இப்படி எல்லாம் பேசி இருந்த போதிலும், குடிமக்கள் மத்தியில் சமத்துவம் பேசும் இக்காலத்தில், இதை எல்லாம் ஒரு புனிதக் கருத்தாக அன்றி ஆபாசம் என ஒதுக்கிவைப்பதுதான் ஒரு ஜனநாயக நாட்டின் பண்பாக இருக்க முடியும்.

பல ஆயிர வருடங்கள் முன்னதாகவே இங்கு பிளாஸ்டிக் சர்ஜரி ஆகாய விமானங்கள் எல்லாம் இருந்தன என்றெல்லாம் இந்தக் காலத்தில் ஒரு தலைமை அமைச்சர் பேசுவது, ஏதோ ஒரு காலத்தில் நடந்தவை என இப்படியான கொடுமைகளை இந்திய மண்ணின் பெருமை என இப்படி ஒரு தலைவர் கூறுவது ஆகியவற்றை நாம் இப்போது தவிர்ப்பது அவசியம்.

ஆர்.எஸ்.எஸ். அமைப்பின் அதிகாரபூர்வ இதழான 'ஆர்கனைசர்' *(1961 ஜன 2)* இதழில் இப்படி வெளிவந்த செய்தியையாவது ஏதோ அவர்களின் கருத்துகள் என ஒதுக்கிவிடலாம். மாணவர்கள் மத்தியில் எல்லாம் இப்படியான கருத்துகளைக் கொண்டு செல்வது அபத்தம் மட்டுமல்ல, வருத்தத்திற்கும், வேதனைக்கும் உரிய ஒன்று. இவை தவிர்க்கப்படுதல் அவசியம்.

2.2 முஸ்லிம்களைத் தக்கவைக்க முடியாது

குருஜி கோல்வால்கரின் இன்னொரு உரை இன்னும் கொடூரமானது. இந்திய மக்களிடம் அரசதிகாரம் வந்து சரியாக நான்காவது மாதம், 1947 டிசம்பர் முதல் வாரத்தில் டெல்லியில் ஆர்.எஸ்.எஸ். கூட்டம் ஒன்றில் கோல்வால்கர் உரையாற்றினார். அதில் அவர் கூறியது:

"இந்த உலகில் உள்ள எந்த சக்தியாலும் அவர்களை (முஸ்லிம்களை) இந்துஸ்தானத்தில் தக்கவைக்க முடியாது. அவர்கள் இந்த நாட்டைவிட்டு வெளியேறியே ஆகவேண்டும். தேர்தலின்போது முஸ்லிம்கள் காங்கிரசுக்கு வாக்களிப்பார்கள் என்பதால் அவர்களை மகாத்மா காந்தி இங்கேயே தக்கவைக்க விரும்புகிறார். ஆனால் தேர்தல் நடக்கும் காலத்தில் ஒரு முஸ்லிம்கூட இங்கே இருக்க மாட்டார்கள். மகாத்மா காந்தி ரொம்ப நாளைக்கு அவர்களை ஏமாற்றிக்கொண்டிருக்க முடியாது. இப்படியான மனிதர்களை உடனடியாக வாய் மூட வைப்பதற்கு நம்மிடம் வழிகள் உண்டு. ஆனால் இந்துக்களைத் துன்புறுத்தக்கூடாது என்பது நம் மரபு. ஆனால் நாம் கட்டாயப்படுத்தப்பட்டால் அப்படியான வழிமுறைகளையும் நாம் நாட வேண்டி வரும்."

அவர்கள், “அந்த வழிமுறையை” நாடிய பின்னணி இதுதான். காந்தியை யார் கொன்றார்கள்? ஏன் கொன்றார்கள் - இரு கேள்விகளுக்கும் விடையும் இதுதான்.

(ஆதாரம் : காவல்துறை பதிவுகளிலிருந்து ‘டெலிகிராஃப்’ பத்திரிகையில் ராமச்சந்திர குஹா மேற்கோள்காட்டி எழுதியுள்ள Gandhi and the RSS எனும் கட்டுரை- Ramachandra Guha, The Telegraph, September 28th, 2019.)

2.3
கோல்வால்கரின் இன்னொரு கருத்தும் இன்று ஒவ்வாத ஒன்று

"இன்று நாம் அறிவில்லாமல் வருண அமைப்பை விமர்சிக்கிறோம். ஆனால் இந்த அமைப்பின் ஊடாகத்தான் நாம் எல்லாவற்றையும் உரிமை ஆக்கிக் கொள்ள வேண்டும் என்கிற ஆசையை அடக்கி வைக்க முடியும். சமூகத்தில் சிலர் அறிவுஜீவிகளாக உள்ளனர். சிலர் உற்பத்தித் துறையிலும் இன்னும் சிலர் சொத்து சேர்ப்பதிலும் திறமையானவர்களாக இருக்கிறார்கள். இன்னும் சிலர் உழைக்கும் திறன் பெற்றுள்ளார்கள். இப்படியாக சமூகம் நான்கு பிரிவுகளாக இருப்பதை நம் மூதாதையர்கள் கண்டார்கள். வருண அமைப்பு என்பது வேறொன்றும் இல்லை. இந்த நான்கு பிரிவுகளையும் ஒருங்கிணைப்பதுதான் வருணம். அதன் மூலம் தனி நபர்களை இப்படியான அவர்களின் திறனுக்கேற்றவாறு ஆகச் சிறந்த வகையில் சமூகத்திற்குப் பயன்படச் செய்வதுதான் அது. மற்றும் ஒருவனுக்கு எந்தத் தொழிலில் தகுதியும் திறனும் இருக்கிறதோ அதற்கு அவனைப் பாரம்பரியமாக வளர்த்தெடுப்பதுதான். இப்படியான அமைப்பு தொடர்ந்தால் ஒவ்வொரு

நபருக்கும் வாழ்வாதாரத்திற்கான ஒரு பணி பிறவியிலேயே ஒதுக்கப்பட்டுவிடும்."

(Organizer, January 2, 1961, pp 5 & 16 - இதுவும் முன் குறிப்பிட்ட குஜராத் பல்கலைக்கழகப் பேச்சில் கூறப்பட்டதுதான்.)

கோல்வால்கரின் இந்தப் பேச்சைவிடக் கொடுமையான, சாதீய ஆணாதிக்கப் பேச்சு என்ன இருக்க முடியும்? இதையெல்லாம் அவர் யார் மத்தியில் பேசினார் என்பது இன்னும் கொடூரமானது. கற்றுக்கொண்டுள்ள மாணவர்கள் மற்றும் கற்றறிந்த பேராசிரியர்கள் நிரம்பிய குஜராத் பல்கலைக்கழக வளாகத்தில் அவர் பேசிய உரை இது. அந்தக் கல்வியகத்தின் இயக்குநர் பி.ஆர்.ஷெனாய் என்பவர்தான் கோல்வால்கரை வரவேற்றுப் பேசியுள்ளார் என்பதை இந்தச் செய்திப் பதிவில் காண்கிறோம்.

சரி. இதெல்லாம் ஒரு காலத்தில் பேசப்பட்ட ஒன்று. இன்று ஏன் நாம் அதைக் கிளற வேண்டும் எனக் கேட்டால் அதில் நியாயம் உண்டு. பிரச்சினை என்னவெனில் மீண்டும் இன்று இவை பல்வேறு வகைகளில் நசிக்கி நசுக்கி இவையே மீண்டும் முன்வைக்கப்படுகிறது என்பதுதான்.

2.4
யார் இந்த கோல்வால்கர்

ஹிட்லரின் யூத இனப் படுகொலையைப் பாராட்டிய கோல்வால்கர்.

★★★

ஹிட்லர் யூதர்களைக் கொன்று குவித்ததைப் பாராட்டி குஜராத்தில் பாட நூல் இருந்ததை 'டைம்ஸ் ஆஃப் இந்தியா' நாளிதழ் ஒருமுறை சுட்டிக்காட்டியது. அப்போது அங்கே முதலமைச்சராக இருந்தது இன்றைய நமது தலைமை அமைச்சர் நந்திர மோடி.

2004, செப் 30 Times of India நாளிதழில் வெளிவந்துள்ள செய்தி இது:

மோடி ஆட்சியில் குஜராத் அரசின் எட்டாம் வகுப்புப் பாட நூலில் காந்தியின் ஒத்துழையாமை இயக்கத்தின் "எதிர்மறை அம்சங்கள்" என ஒரு பாடம்; 10 ம்வகுப்பில் "மகத்தான ஹிட்லர்" மற்றும் "நாசிசத்தின் உள்ளகச் சாதனைகள்" குறித்துப் பாடங்கள் இருந்தன.

(Gandhi is not so great, but Hitler is. Welcome to high school education in Narendra Modi's GUJARAT, where authors of social studies textbooks published by the Gujarat State Board of School Textbooks have found faults with the freedom movement and glorified Fascism and Nazis.While a Class VIII student is taught 'negative aspects' of Gandhi's non-cooperation movement, the Class X social studies textbook has chapters on 'Hitler, the Supremo' and 'Internal Achievements of Nazism' presenting a frighteningly uncritical picture of Fascism and Nazism.) நன்றி: *"In Modi's GUJARAT, Hitler is a textbook hero" - (The Times of India, Ahmedabad, Sept 30, 2004.)*

குஜராத்தில் மோடி முதலமைச்சராக இருந்தபோது எட்டாம் வகுப்புப் பாடப்புத்தகத்தில் காந்தியின் ஒத்துழையாமை இயக்கத்தின் எதிர்மறை விளைவுகள் எனப் பாடம் சொல்லித் தரப்பட்டது. அதே நேரத்தில் பத்தாம் வகுப்புப் பாடப் புத்தகத்தில் 'மாவீரன் ஹிட்லர்' *(Hitler, the Supremo)* எனவும், "நாசிசத்தின் உள்நாட்டுச் சாதனைகள்" *(Internal Achievements of Nazism)* எனவும் பாடங்கள் இருந்தன. 'டைம்ஸ் ஆஃப் இந்தியா' நாளிதழ் இதைக் கண்டித்திருந்தது. *(The Times of India, Ahmedabad, Sept 30, 2004)*

"We and Our Nationhood Defined" எனும் கோல்வால்கரின் நூலை *(1938)* வேத நூலாகக் கொள்கிற அவர்களின் குருஜி சொல்கிறார்:

"தேசம் மற்றும் அதன் கலாச்சாரம் ஆகியவற்றைக் காப்பாற்ற செமிடிக் இனத்தைச் சேர்ந்த யூதர்களை வெளியேற்றினார். உலகம் அதிர்ந்தது. தேசப் பெருமையின் ஆக உயர்ந்த வடிவம் அங்கே இப்படி வெளிப்பட்டது. வெவ்வேறு வேர்கள் உள்ள இனங்களையும் பண்பாடுகளையும் ஓர் ஒன்றுபட்ட முழுமையாக இணைத்துவிட முடியாது என்பதை ஜெர்மனி நிறுவியது. கற்றுக்கொண்டு பயனடைய இந்தியாவுக்கு இது ஒரு நல்ல பாடம்."

ஆனந்த் பட்டவர்த்தன் அந்த வாசகங்களைத் தனது கட்டுரையில் வெளியிட்டுள்ளார். அந்த ஆங்கில வடிவம் அடுத்து:

"To keep up purity of the nation and its culture, Germany shocked the world by her purging the country of the Semitic races, the Jews. National pride at its highest has been manifested here. Germany has also shown how well-nigh impossible it is for races and cultures having differences going to the root, to be assimilated into a united whole, a good lesson for us in Hindustan to learn and profit by.")- நன்றி : ஆனந்த் பட்டவர்தன், *"How the Sangh Parivar systematically attacks the very idea of India"Nov 13 2014, Scroll.in.*

மூன்று

சிந்துவெளி மக்கள் குறித்த பா.ஜ.க. அரசின் மரபணு ஆய்வுகள்

சிந்துவெளி நாகரிகம் குறித்து பா.ஜ.க அரசு ஹரியானாவில் உள்ள ராகிகார்ஹியில் மேற்கொண்டுவரும் மரபணு *(DNA)* வரலாற்று ஆய்வுகள் குறித்து செய்திகள் கடந்த சில ஆண்டுகளாகவே வந்து கொண்டிருந்ததை அறிவோம். நிதி அமைச்சர் நிர்மலா சீதாராமன் இதில் கூடுதல் கவனம் செலுத்திச் செயல்பட்டார். தன் நிதி நிலை அறிக்கையில் *(பிப் 01, 2020)* சிந்துவெளி ஆய்வு குறித்து விரிவாகப் பேசிப் பெரிய அளவில் இதற்கு நிதி ஒதுக்கீடு செய்தார். அன்றைய கொரோனா தொற்றுப் பின்னணி நிதி நெருக்கடிகளுக்கு மத்தியிலும் இந்த ஆய்விற்கு இப்படிப் பெரிய அளவு நிதி ஒதுக்கீடு செய்யப்பட்ட போதுதான் மக்களின் கவனம் அங்கு சென்றது.

ஏராளமான பழம் மனித எலும்புக்கூடுகள் கிடைக்கும் இப்பகுதியில் கடந்த சில ஆண்டுகளாக அகழ்வாய்வு மற்றும் மரபணு ஆய்வுகள் மேற்கொள்ளப்பட்டு சிந்துவெளி நாகரிகம், ஆரியர் வருகை முதலியன குறித்துச் சுமார் ஒரு நூற்றாண்டுக்கும் மேலாக நிலவிவரும் கருத்துகளுக்கு மாற்றாகப் பல கருத்துகள் அரசுத் தரப்பிலிருந்தும், சங்கிகளிடமிருந்தும் முன்வைக்கப்பட்டுக் கொண்டிருந்தன. ஆளும் கட்சியான பா.ஜ.க இதுகாறும் ஆரியர் வருகை தொடர்பாகக் கூறப்பட்டுவந்த கருத்துகளை ஏற்காத ஒரு கட்சி என்பது அனைவரும் அறிந்த ஒன்று. அப்படியான அவர்கள் இன்று இதுகுறித்து மேற்கொண்டுள்ள இந்த அகழ்வாய்வு முயற்சிகள் குறித்தும், அவற்றின் முடிவுகளாக அவர்கள் முன்வைப்பவை குறித்தும் நாம் சிலவற்றைக் காண்பது மிகவும் அவசியமாகிறது.

நவீன மரபணு அறிவியல் அடிப்படையில் இன வரலாறுகளை ஆராய்வது தொடர்பான அறிவியல் சார்ந்த ஒரு பிரச்சினை இது. வரலாறு குறித்த கவனம் கொண்டுள்ள ஒரு காரணத்தினாலேயே இது குறித்த கருத்துகள் பற்றி சங்கிகள் போல நாம் ஏதும் சொல்லிவிட இயலாது. இது குறித்த வல்லுனர்கள் என்ன சொல்லுகிறார்கள், இன்று என்ன நடந்துகொண்டுள்ளன என நாம் காண்பது அவசியம்.

3.1 ஆரியர் வருகை குறித்து

2020 பிப்ரவரி *1* அன்று நிதி அமைச்சர் நிர்மலா சீதாராமன் தனது நிதிநிலை அறிக்கையில் ஐந்து அகழாய்வுத் திட்டங்களை முன்வைத்தார். அவை:

(i).ராகிகார்ஹி: இது ஹரியானா மாநிலம் ஹிசார் மாவட்டத்தில் உள்ளது. இந்தியத் துணைக் கண்டத்தின் மேற்குத் திசையில் இது அமைந்துள்ளது. *(ii)* ஹஸ்தினாபூர்: இது மகாபாரதத்தில் கவுரவர்களின் தலைநகரமாகச் சொல்லப்படுவது. உத்தரப் பிரதேசம் மீருட் மாவட்டத்தில் இது உள்ளது. இது இந்தியாவின் வடக்குத் திசையில் உள்ளது. *(iii)* தோலவீரா : இது குஜராத் மாநிலம், கட்ச் மாவட்டம் பச்சாவ் தாலுகாவில் உள்ளது. சிந்துவெளி நாகரிக எச்சங்கள் உள்ளதாகக் கண்டு பிடிக்கப்பட்டுள்ள எட்டுப் பகுதிகளில் ஐந்தாவது பெரிய பரப்பு இது. உள்ளூர் மக்களால் 'கோதட திம்பா' என இது அழைக்கப்படுகிறது. இது இந்தியத் துணைக் கண்டத்தின் மேற்குத் திசையில் அமைவது. *(iv)* ஆதிச்ச நல்லூர்- தமிழ்நாடு தூத்துக்குடி மாவட்டத்தில் உள்ளது. அதாவது இந்தியத் துணைக் கண்டத்தின் தெற்குத் திசையில் உள்ளது. அகழாய்வு நடந்து புகழ்பெற்ற பகுதி இது. சிந்துவெளி நாகரிகத்துடன்

இதுவரை இது இணைத்துப் பேசப்பட்டதில்லை. எனினும் 3800 ஆண்டுகட்கு முற்பட்ட மனித எலும்புகள் அடங்கிய முதுமக்கள் தாழிகள் இங்கு கிடைத்துள்ளன. இங்கு நடந்த ஆய்வு முடிவுகள் இறுதி செய்யப்பட்டு இதுவரை அறிக்கை அளிக்கப்படவில்லை என்பது கவனிக்கத்தக்கது. (v) சிவசாகர் : அசாம் மாநிலம் சிவசாகர் மாவட்டத் தலைநகரம் இது. 'அஹோம்' அரச வம்சத்தின் தலைநகராகவும் (1699 - 1788) இருந்த இப்பகுதி அகழாய்வு முக்கியம் வாய்ந்த ஒன்று. ஆனாலும் சிந்துவெளி நாகரிகத்துடன் தொடர்புடையதல்ல. இது இந்தியத் துணைக் கண்டத்தின் கிழக்குத் திசையில் அமைகிறது.

ஆக இந்தியா முழுமையையும் உள்ளடக்குவதாக நான்கு திசைகளிலும் அகழாய்வுத் தலங்கள் தேர்வு செய்யப்பட்டு நிதி ஒதுக்கீடுகளும் அறிவிக்கப்பட்டன. முதலில் ராகிகார்ஹி பகுதியிலான ஆய்வுக்கு முன்னுரிமை அளிக்கப்பட்டு அங்கு தீவிரமாக ஆய்வுகள் தொடங்கின.

மத்திய மற்றும் கிழக்காசியப் பகுதிகளிலிருந்து பல நூற்றாண்டுகளில் படிப்படியாக இங்கு வந்த புல்வெளி மேய்ச்சல் நிலப் பண்பாட்டினர் (pastoralists) மற்றும் ஈரானிய விவசாயம் சார்ந்தோர்களின் ஊடாக உருப்பெற்றதுதான் சிந்துவெளி நாகரிகம் எனும் கருத்தாக்கத்தை முற்றிலும் ஏற்காதவரும், ஆர்.எஸ்.எஸ். கருத்துநிலையை ஏற்றுத் தீவிரமாகப் பின்பற்றுபவருமான டாக்டர் வசந்த் ஷிண்டே என்பவர் இந்தக் கள ஆய்விற்கான இயக்குனராக நியமிக்கப்பட்டார். சுருங்கச் சொல்வதாயின் சிந்துவெளிப் பண்பாடு வெளியிலிருந்து படிப்படியாக வந்த கிழக்காசிய மக்களின் ஊடாக உருப்பெற்ற ஒன்று என நிலவும் ஆய்வுக் கருத்தை, "இல்லை" எனச் சொல்லி வருபவர்களைத் தேடிப் பிடித்து அவர்கள் கைகளில் இந்த ஆய்வு அளிக்கப்பட்டது.

இதில் முதலாவதாகக் கூறப்பட்டுள்ள ராகிகார்ஹி (ஹரியானா மாநிலம்) என்பது தொன்மையான எச்சங்கள் நிறைந்துள்ள ஒரு பழங்கிராமம். பெருவெள்ளம் முதலான ஏதோ ஒரு இயற்கைப் பேரழிவின் ஊடாக உருவான ஏராளமான பழம் மானுட

எலும்புக் கூடுகள் இங்கே புதையுண்டு கிடைக்கின்றன. ஷிண்டே தலைமையில் இங்கு மேற்கொள்ளப்பட்டு வரும் இந்த ஆய்வு முடிவுகள் எனச் சில 2019 செப்டம்பரில் முன்வைக்கப்பட்டன. 'செல்' எனும் வெளிநாட்டு ஆய்வு இதழ் ஒன்றிலும் இந்த முடிவுகள் குறித்த கட்டுரை ஒன்றும் வெளியிடப்பட்டது *(1) ('An Ancient Harappan Genome' Lacks Ancestry from Pastoralists and Iranian Farmers', CELL, Volume 179, Issue 3, 17 October 2019, Pages 729-735.e10).* இதனைத் தரவிரக்கம் செய்து யாரும் வாசிக்கலாம்.

இப்படி வெளியிடப்பட்ட இந்தக் கருத்துகளை ஒட்டி உடன் மாற்றுக் கருத்துகளும் முன்வைக்கப்பட்டு சர்ச்சைகளும் உருவாயின.

முதலில் இந்த ஆய்வு முடிவுகள் என ஷிண்டே குழுவினரால் சொல்லப்படுபவற்றைச் சுருக்கமாகப் பார்க்கலாம்:

1. பழமை வாய்ந்த ஹரப்பாவில் இன்று கிடைக்கும் இந்த மரபு அணுக்கள் *(genomes)* மத்திய ஆசியா முதலான பகுதிகளிலிருந்து பல ஆயிரம் ஆண்டுகளுக்கு முன்னர் படிப்படியாக இங்கு வந்து குடியேறி வாழ்ந்து வந்த மேய்ச்சல் இன நாகரிகத்தைச் சேர்ந்தவர்கள் என்பதற்கோ, இல்லை ஈரானிய விவசாயிகள் வழிவந்தோர் என்பதற்கோ போதிய ஆதாரங்களாக அமையவில்லை. ஆரியப் படை எடுப்புகள் நடந்ததற்கும் போதிய ஆதாரங்கள் இல்லை.

2. அப்படியானால் இந்த எலும்புக் கூடுகள் யாருடையவை? தெற்காசியாவில் பெரும்பான்மையாக உள்ள மக்களின் மூதாதையர்களே இவர்கள் என்பதுதான் இந்த ஆய்வு முடிவாக ஷிண்டே குழுவினர் கூறும் கருத்து. அதாவது 'ஹரப்பா நாகரிக மக்கள் என்போர் தெற்காசியா அல்லது ஈரான் போன்ற இடங்களிலிருந்து குடிபெயர்ந்தோர் அல்ல. அவர்கள் இங்கே தோன்றி வாழ்ந்த பூர்வகுடிகள் என்பதுதான் இவர்கள் சொல்வது.

3. ஆரியப் படை எடுப்பு *(invasion)* என ஏதும் இங்கு

நடக்கவே இல்லை. மிகவும் பலவீனமான ஆதாரங்களின் அடிப்படையிலேயே இதுவரை இப்படியான படை எடுப்பு குறித்த கருத்துகள் முன்வைக்கப்பட்டன. அகழாய்வு செய்யப்பட்ட இடங்களில் (upper part of the citadel area of Mohenjo-Daro) இப்போது ஏராளமாகக் கிடைக்கும் மனித எலும்புக்கூடுகள் முதலியன வெள்ளம் முதலான இயற்கை அழிவுகளால் இறந்தவர்களின் எச்ச சொச்சங்கள்தான். எனவே வேத காலம், வேதப் பண்பாடு என்றெல்லாம் நாம் இன்று சொல்வன இங்கு தோன்றி வாழ்ந்த பண்டைய உள்நாட்டு மக்களால் உருவாக்கப்பட்டவைதான்.

இவைதான் ஷிண்டே குழுவினர் தம் ஆய்வு முடிவுகளாக முன்வைக்கும் கருத்துகளின் சுருக்கம்.

மரபணு (genome) ஆராய்ச்சி நிபுணராக இத்திட்டத்தில் நியமிக்கப்பட்ட நீரஜ் ராஜ் என்பவரும் இவர்களின் ஆய்வில் கிடைத்த 'சாம்பிள்களில்' மத்திய ஆசியக் கூறுகளுக்கான சான்றுகள் ஏதும் இல்லை எனக் கூறினார்.

இப்படியான இந்த ஆய்வு முடிவுகளை ஒட்டி சங்கப் பரிவாரங்கள் ஆரியர் வருகை தொடர்பான தம் நீண்டநாள் கருத்துகள் நிறுவப்பட்டுவிட்டதாகப் பேசத் தொடங்கினர். அப்படியான அமைப்புகளில் ஒன்றான 'அகில பாரதீய இதிகாசன் சங்கலன்' (Akil Bharatia Itihashan Samkalan) எனும் அமைப்பின் செயலர் பல்முகுந்த் பாண்டே என்பவர், "இந்திய மக்களின் மனோதிடத்தைத் தகர்ப்பதற்காகவும், அவர்களை மூட நம்பிக்கை உள்ளவர்களாகவும், பண்பாடற்ற பழமை பேணிகளாகவும் சித்திரிப்பதற்காகவும் பிரிட்டிஷ்காரர்கள் பரப்பிய பொய்யே 'ஆரியர் வருகை' எனும் கதை" என இவர்கள் இன்று மேற்கொண்டுள்ள இந்த ஆய்வு நிறுவிவிட்டதாகக் குறிப்பிட்டார். தொடர்ந்து ஆரிய இடப் பெயர்வு என ஒன்று வரலாற்றில் நடக்கவே இல்லை என இவர்கள் பேசத் தொடங்கினர். இந்தப் புதிய கண்டுபிடிப்புகள் பாடத் திட்டங்களில் சேர்க்கப்பட வேண்டும் எனும் குரல்களும் மேலெழும்பின. அடுத்த கல்வி ஆண்டிலேயே இந்தக் கருத்துகள்

பாடத் திட்டங்களில் சேர்க்கப்பட வேண்டும் எனவும் கூறப்பட்டது.

இவற்றை மேலோட்டமாகப் பார்க்கும்போதே இவற்றின் அரசியல் நோக்கம் மற்றும் ஆய்வுத் தரம் ஆகியன குறித்து நமக்குச் சில ஐயங்கள் தோன்றுகின்றன. ‘ஆரியர் வருகை’ என்றுதான் இப்போது கூறப்படுகிறதே ஒழியப் பெரிய அளவில், ‘ஆரியப் படைஎடுப்புகள்’ நிகழ்ந்ததாக எல்லாம் இன்று யாரும் சொல்வதில்லை. தவிரவும் இவை பல ஆயிரம் ஆண்டுகளாகக் கொஞ்சம் கொஞ்சமாக நடந்தவை. இங்கே குதிரைகள் கிடையாது. சக்கர வண்டிகள் முதலிய தொழில் நுட்பங்களும் இங்கே வளர்ந்திருக்கவில்லை. அந்த நுட்பங்களை இங்கிருந்தவர்கள் வந்தேறியவர்களிடம் இருந்து கற்றுக்கொள்ளத் தயாராக இருந்தனர். அதேபோல இங்கே ஓரளவு வளர்ச்சி அடைந்திருந்த விவசாயம் முதலானவற்றின் பயன்கள் வந்தேறிகளுக்கும் தேவைப்பட்டன. இப்படியாக வந்தேறிகளுக்கும் பூர்வ குடிகளுக்கும் ஓரளவு நல்ல உறவுகளே இருந்தன. மோதல்கள், சிறு போர்கள் என்பனவெல்லாம் மிகச் சொற்பமாகவே அக்கால வரலாற்றில் இருந்துள்ளன. “ஆரியப் படை எடுப்பு” என்றெல்லாம் இன்று யாரும் சொல்வதில்லை. “ஆரியர் வருகை” என்றே இன்று கூறப்படுகிறது. வந்தேறிகளுக்கும் பூர்வகுடிகளுக்குமான இனக் கலப்பு பெரிய முரண்களின்றி நடந்தேறியது. இப்போது நீங்கள் வாசித்துக்கொண்டுள்ள இந்த நூலின் முதல் இரண்டு அத்தியாயங்களும் சுமார் பதினைந்து ஆண்டுகளுக்கு முன்பே எழுதப்பட்டவை. அப்போதே இதை நான் குறிப்பிட்டுள்ளேன்.

இப்படி சங்கிகள் தரப்பிலும். அரசுத் தரப்பிலும் பெரிய அளவில் கருத்துகள் பரப்பப்பட்டபோது டெல்லி பல்கலைக் கழகத்தில் வரலாற்றுத்துறை உதவிப் பேராசிரியராக உள்ள சஜ்ஜன்குமார் சிஸ் என்பவர் இதை மறுத்தார். ராகிகார்ஹியில் தன் சொந்த முயற்சியில் ஆய்வுகளை மேற்கொண்டவர் இவர். ஷிண்டே தலைமையில் இப்போது மேற்கொள்ளப்பட்டுள்ள இந்த ஆய்வின் முடிவுகள் எல்லாம் போதிய ஆதாரங்களின் அடிப்படையில் கூறப்பட்டவை அல்ல என்கிறார் இவர்.

கிடைத்துள்ள ஆய்வுக்கான மூலங்கள் ஷிண்டே குழுவினர் உரிமை கோருவதைப்போலப் பழமையானவை அல்ல எனவும் இவர் கூறுவதும் குறிப்பிடத்தக்கது *(2) (Rakhigarhi Excavation: Study says not enough proof of Aryan invasion theory, Hindustan Times,Sep 07, 2019.)* இது குறித்துச் சற்று விரிவாகப் பின்னர் காணலாம்.

3.2 நமது ஐயங்கள்

பா.ஜ.க அரசால் இப்போது மேற்கொள்ளப்பட்டுவரும் இந்த ஆய்வு முடிவுகளாக அறிவிக்கப்பட்டவற்றை இதுவரை பார்த்தோம். இந்த ஆய்வு முடிவுகள் தொடர்பாக நமக்குத் தோன்றும் ஐயங்களை இப்போது தொகுத்துக் கொள்வோம்:

1. இன்று ஆய்வு முடிவுகள் வெளியிடப்பட்டுள்ள ராகிகார்ஹி என்பது மிக அகன்ற ஒரு சிந்துவெளி நாகரிகத் தொல்தளம் *(Indus Valley Civilization IVC)*. இந்தப் பெரும் பரப்பில் பல லட்சம் மக்கள் வசித்துள்ளதாகத் தெரிகிறது. இங்கிருந்து மரபணு ஆய்வுக்கு 'தேர்ந்து' எடுத்து அனுப்பப்பட்ட தொல் எலும்புத் துண்டுகள் 148இல் இரண்டில் மட்டுமே 'ஆய்வுக்குப் பொருத்தமான' மரபணு *(DNA)* அமைந்துள்ளதாக நேர்காணல் ஒன்றில் இந்த ஆய்வு முடிவுகளை இப்போது பரபரப்புடன் வெளியிட்டு வரும் பேரா. வசந்த் ஷிண்டே ஒப்புக்கொண்டுள்ளார் *(3)*. *(Harappan site of Rakhigarhi: DNA study finds no Central Asian trace, junks Aryan invasion theory, Anubuthi vishnoi, ET Bureau, ToI, June 13, 2018)*. பல லட்சம் பேர்கள் வாழ்ந்த ஒரு பெரும் களத்தில் இத்தனை குறைவான எண்ணிக்கையில் உள்ள ஆதாரங்களைக் கொண்டு இப்படியான

'இறுதி' முடிவுகள் சாத்தியமல்ல என்பது குறிப்பிடத்தக்கது. வல்லுனர்கள் இதைச் சுட்டிக் காட்டுகின்றனர்.

2. தேர்வு செய்து அனுப்பப்பட்ட எலும்புத் துண்டுகள் சியோல், ஹார்வர்ட் பல்கலைக்கழகங்களுக்கு அனுப்பப்பட்டு ஆய்வுகள் செய்யப்பட்டுள்ளன. இப் பல்கலைக்கழகங்கள் துல்லியமாகவும், நேர்மையாகவும் ஆய்வுகளைச் செய்து முடிவுகளைத் தந்திருக்கும் என்பதை ஏற்றுக்கொள்ளலாம். ஆனால் ஒட்டுமொத்தமாகச் சிந்துவெளி நாகரிகம் குறித்த பொது முடிவுகள் எதற்கும் வருவதற்கு இப்படி மிகமிகச் சில எலும்புத் துண்டுகளில் மேற்கொள்ளப்பட்ட ஆய்வு முடிவுகளே போதுமா என்பதுதான் கேள்வி.

3.வசந்த் ஷிண்டேயின் நேர்காணல்களை வாசிக்கும்போது அவர் எதையும் ஆய்வு அடிப்படையில் ஏற்றுக்கொள்ளும் வெளிப்படையான ஆய்வு நோக்குடன் களத்தில் இறங்கியதாகத் தெரியவில்லை. ஏற்கெனவே கூறப்படும் கருத்துகளுக்கு எதிரான அறிவியல் ஆதாரங்களைத் தேடித் தரும் நோக்குடன் களத்தில் இறங்கியவராகவே அவரது வாய்மொழிகள் அவரைக் காட்டிக் கொடுக்கின்றன. வேறு சொற்களில் சொல்வதானால் இதை அரசியலாக்கும் சங்கிகளிடமிருந்து இவரை ஒரு ஆய்வாளராகப் பிரித்துப் பார்க்க முடியவில்லை.

4. இந்த ஆய்வுகள் உண்மைகளைக் கண்டறிவது எனும் நோக்கில் அமையாமல் ஏற்கெனவே வல்லுனர்களால் சொல்லப்பட்ட ஆய்வு முடிவுகளுக்கு எதிரான ஆதாரங்கள் எதையாவது 'கண்டறிந்தே' ஆக வேண்டும் எனும் நோக்குடனேயே கேள்விகள் தொகுக்கப்பட்டு ஆய்வுகள் மேற்கொள்ளப்பட்டுள்ளதை இது குறித்து வாசிக்கும் யாரும் அறிந்துகொள்ளக்கூடும். குறிப்பான பதில்களை நோக்கியே கேள்விகள் முன்வைக்கப்பட்டுள்ளன.

5. இந்த ஆய்வில் தொடர்புடைய ஆய்வாளர்கள், பேராசிரியர்கள் முதலானோரின் விரிவான விவரங்கள் வெளியிடப்பட வேண்டும். பாபர் மசூதி தொடர்பான அலகாபாத் நீதிமன்றத் தீர்ப்பு வந்தபோது நானும் புதுவை சுகுமாரனும் நேரடியாக ஃபைசாபாத் மாவட்டம் (உ.பி) சென்று இடிக்கப்பட்டிருந்த

மசூதி இருந்த இடத்தில் வைக்கப்பட்டுள்ள சிலைகள் முதலியவற்றைக் கண்டு வந்ததோடு அங்குள்ள பலரையும் சந்தித்தும் வந்தோம். மசூதி இருந்த இடத்தில் முன்னதாக ஏதும் இந்துக் கோயில்கள் இருந்தனவா என ஆய்ந்து சொல்ல, வழக்கை விசாரித்த அலகாபாத் நீதிமன்றம், பேராசிரியர்கள் குழு ஒன்றை அமைத்தது. அவர்களில் முக்கியமானவர் ஃபைசாபாத்தில் உள்ள லோகியா பல்கலைக்கழக வரலாற்றுத் துறையில் உள்ளார் என அறிந்து அவரை நேரில் சந்தித்து உரையாடினோம். அது தொடர்பான விவரங்கள் எங்களின் அந்நூலில் உள்ளன *(4)*. *(அ.மார்க்ஸ், கோ.சுகுமாரன், 'அயோத்தியில் ஒரு நேரடி கள ஆய்வு, புலம் வெளியீடு, 2011)*. வெளியூர் செல்ல இருந்த அவர் தன் பயணத்தை ஒத்தி வைத்து எங்களைச் சந்தித்தார். ஆனாலும் பேசிக்கொண்டிருந்த சில கணங்களிலேயே அவர் முழுக்க முழுக்க முன்முடிவுகள் உள்ள ஒரு சங்கி என்பதை நாங்கள் விளங்கிக் கொண்டோம். இன்று வட இந்தியப் பல்கலைக்கழகங்கள் பலவும், தென்னகத்தில் உள்ள மத்திய அரசுப் பல்கலைக்கழகங்களும் இப்படியானவர்களாலேயே நிரப்பப்பட்டுள்ளன. மோடி அரசின் தலைமையிலான இன்றைய மத்திய ஆட்சியில் இப்படியான பணிகளில் மிகவும் திட்டமிட்டு சங்கிகள் பதிக்கப்படுவதை நாம் கவனத்தில் கொள்ள வேண்டும்.

6. ஆய்வு செய்தவரைக்கும் மத்திய ஆசிய - ஈரானிய- ஸ்டெப்பி அடையளங்களை உறுதிப்படுத்தும் மரபணுக்கள் ராகிகார்ஹி பகுதியில் கிடைத்த தொல் எலும்புத் துண்டுகளில் இல்லவே இல்லை - என இந்த ஆய்வு முடிவுகள் கூறவில்லை என்பது இதில் கவனிக்க வேண்டிய முக்கியமான அம்சம். "போதிய அளவு இல்லை" என மட்டுமே வசந்த் ஷிண்டே முதலானோர் சொல்கிறார்கள் என்பதைப் பார்த்தோம். இதுவும் கவனத்தில் கொள்ளப்பட வேண்டிய ஒன்று.

7. ஆரியர்கள் உள்ளூர் மக்களுடன் போர் நடத்தி சிந்துவெளி நாகரிகத்தை அழித்ததற்கான ஆதாரங்கள் ஏதும் இல்லை என இவர்கள் தங்களின் நேர்காணல்களில் திரும்பத் திரும்பச் சொல்கின்றனர். எலும்புத் துண்டுகளில் அப்படியான போர்க் காயங்கள் ஏதும் கண்டுபிடிக்கப்படவில்லை என்கிறார்கள்.

இதில் வேடிக்கை என்னவெனில் காத்திரமான ஆய்வுகளைச் செய்யும் யாரும் அப்படிப் போர் நடந்துதான் சிந்துவெளி நாகரிகம் முடிவுக்கு வந்ததென எந்நாளும் சொன்னதில்லை. அரசியல் களத்தில் ஆரிய - திராவிடப் போர் என்றெல்லாம் பேசப்பட்டிருக்கலாம். ஆனால் இது குறித்து எழுதிய ரொமிலா தாப்பர் போன்ற அறிஞர்கள் யாரும் அப்படிச் சொல்லியதில்லை. இது தொடர்பான எனது எழுத்துக்களிலும் கூட சொல்லப்பட்டவை,

(i) ஒரு இனக் கலப்பு நடந்தது.

(ii) ஆரிய வருகைக்கு முன்னதாக இருந்த சிந்துவெளிப் பண்பாட்டில் இரும்பு மற்றும் குதிரைகள், சக்கரம் முதலியவற்றின் பயன்பாடுகள் இல்லை. எழுத்துக்கள் இருந்தன. வெண்கலத்தில் செய்யப்பட்ட பொருட்கள் பயன்பாட்டில் இருந்துள்ளன, கோவேறு கழுதைகளும் பயன்பாட்டில் இருந்தன.

(iii) இரும்பு, குதிரைகள், சக்கரம் ஆகியவற்றின் பயன்பாடுகளுடன் இங்கு இடம்பெயர்ந்து வந்த ஆரியர்கள் தொழில்நுட்ப ரீதியில் முன்னேறி இருந்தது உண்மை,

-என்று மட்டுமே கூறியுள்ளேன்.

மத்திய ஆசியா முதலானவற்றில் இருந்து வந்த இந்தப் புதிய இன வருகை பண்பாட்டுக் கலப்பு ஒன்றிற்கு வித்திட்டது. ஒரு புதிய பண்பாடு கங்கைச் சமவெளியில் உருவாகியது. இப்படியான ஆரியப் பரவல் கங்கைச் சமவெளியில் புதிய வருண நாகரிகம் ஒன்று உருவாவதற்குக் காரணமானது. இன்னொரு பக்கம் தெற்கு நோக்கிய புலப்பெயர்வுகளும் இருந்து வந்தன என்கிற ரீதியிலேயே இங்கு வரலாறுகள் சொல்லப்பட்டு வந்துள்ளன.

8. ஆரிய வருகை என்பது இன்னொரு கோணத்திலிருந்தும் இதுவரை ஆய்வு செய்யப்பட்டு வந்துள்ளதையும் நாம் கணக்கில் கொள்ள வேண்டும். ஆரியர்கள் வேறுபட்ட மொழிக் குடும்பம் ஒன்றிற்குச் சொந்தக்காரர்கள் என்கிற திசையில் இருந்தும் ஆரிய - திராவிட ஆய்வுகள் உள்ளன. சமஸ்கிருதத்திற்கும் இங்கு பேசப்படும் இன்னொரு முக்கியமான மொழிக்

குடும்பத்தில் அடங்கிய திராவிட மொழிகளுக்கும் இடையில் எந்தத் தொடர்பும் இல்லை. ‘தேவ பாஷை’ என ஆரியர்களின் மொழியாக முன்வைக்கப்படும் சமஸ்கிருதமும் திராவிட மொழிக் குடும்பமும் முற்றிலும் வேறு வேறானவை என்பது இன்று மொழியியல் ரீதியில் நிறுவப்பட்ட ஒரு உண்மை. கடந்த இருநூறு ஆண்டுகளாக முன்வைக்கப்படும் இந்த ஆய்வு முடிவுகள் இதுவரை தவறு என நிறுவப்படவில்லை.

9. சிந்து வெளியில் ஆய்வு மேற்கொள்ளப்பட்ட பகுதிகளில் மத்திய ஆசியாவிலிருந்து ஆரியப் புலப்பெயர்வு நடந்ததற்கு ஆதாரமாக ஏராளமான அளவில் ஈரானிய - ஸ்டெப்பி அடையாளங்களை உறுதிப்படுத்தும் மரபணுக்கள் காணப்படவில்லை என இவர்கள் சொல்வதை நாம் இப்படியும் புரிந்துகொள்ள வேண்டும். ஆரியப் பரவல் ஒரு நாளிலோ ஓராண்டிலோ நடந்து முடிந்ததல்ல. அது நூற்றுக்கணக்கான, ஆயிரக்கணக்கான ஆண்டுகள் கொஞ்சம் கொஞ்சமாக நடைபெற்றவை. இதுவும் முன்னரே சொல்லப்பட்டதுதான். புதிய கண்டுபிடிப்பு.

10. சிந்துவெளி அழிவிற்கு ஆரியப் “படைஎடுப்பு” காரணமில்லை என்பது எக்காரணம் கொண்டும் ஆரியப் பரவல் வெளியில் இருந்து பரவவில்லை என்பதற்கோ சமஸ்கிருதம் மற்றும் வருணக் கோட்பாடு முதலியனவற்றிற்கும் ஆரியத்துக்கும் உள்ள தொடர்பை மறுப்பதற்கோ ஆதாரங்கள் ஆகாது.

3.3 சங்க இலக்கியங்கள் சொல்வன

இன்னொன்றையும் இங்கு சுட்டிக் காட்டுவது பொருத்தம். நமது சங்க இலக்கியங்கள் மற்றும் உரையாசிரியர்களின் குறிப்புகளில் பல நூறாண்டுகளுக்கு முன்னதாகவே ஆரியர் பற்றிய பதிவுகள் உள்ளன. இவற்றை நம் தோழர்கள் தொகுத்து கட்டுரைகளாகவும், பதிவுகளாகவும், இணையப் பதிவுகளாகவும் தொகுத்துத் தந்துள்ளனர். அவற்றிலிருந்து சிலவற்றை இங்கு தேர்வு செய்து முன்வைக்கிறேன். இந்தப் பணியை முன்னதாகச் செய்து தொகுத்துள்ள நண்பர்களுக்கு நம் மனமார்ந்த நன்றிகள்.

1.நற்றிணை 170, குறுந்தொகை 7, பதிற்றுப்பத்து பதிகம் 5 ('ஆரிய அண்ணல்'), அகநானூறு 276, 336, 396, 398, முதலான சங்கப் பாடல்களிலும் ஆரியர் குறித்த குறிப்புகளைக் காணலாம். 'ஆரியப் பொருநன்' குறித்து அகநானூறு 386 பதிவு செய்கிறது. "ஆரியர் கயிறாடு பறையிற் கால்பொறக் கலங்கி" எனக் குறுந்தொகையில் பெரும்பதுமனார் உயரக் கட்டிய கயிற்றின் மீது நடந்து வந்து வித்தை காட்டி மக்களை மகிழ்வித்த ஆரியக் கூத்தர்கள் பற்றிக் குறிப்பிடுகிறார்.

'ஆரியன்' (மணிமேகலை 25-6), 'ஆரியநாடு' (சிலப்பதிகாரம் 29-1), 'ஆரியப் பேடி' (சிலப்பதிகாரம் - 27-186), 'ஆரிய அரசர்' (சிலப்பதிகாரம் - 26-211, 217, 28-195), 'ஆரிய மன்னர்' (சிலப்பதிகாரம் - 25-162, 27-6, 22, 177, 28-88, 98, 120, 153, 29-1-6, 30-157) முதலியனவாகத் தமிழ்ப் பெரும் காப்பியங்களிலும் ஆரியர் பற்றிய பதிவுகள் உள்ளன.

சுருக்கம் கருதி இத்துடன் நிறுத்திக்கொள்கிறேன். பின்னாளில் (7ஆம் நூ) திருநாவுக்கரசர், "ஆரியன் கண்டாய், தமிழன் கண்டாய்" எனத் தேவாரம் சூட்டியதையும் அறிவோம், மெய்ப்பாட்டியல் உரைவளத்தில் நகைச்சுவைக்கு எடுத்துக்காட்டாக பேராசிரியர் ஆரியரைக் குறிப்பிடுகிறார். "ஆரியக் கூத்தாடினாலும் தாண்டவக்கோனே, காரியத்தில் கை வையடா தாண்டவக்கோனே" என்றெல்லாம் ஆரியர் குறித்த பதிவுகள் தொடர்ந்து நம் இலக்கியங்களிலும் பேச்சு வழக்கிலும் தொடர்ந்தன.

இவற்றை எல்லாம் இங்கே நான் பட்டியலிடுவது கி.மு நூற்றாண்டுகள் தொடங்கி இங்கு ஆரியர்கள் தென்னகத்திலும் அறியப்பட்டுள்ளனர் என்பதைக் குறிக்கவே. அறியப்பட்டது மட்டுமல்ல. வடபுலத்தார் எனத் தென்னக மக்களால் இவர்கள் பிரித்தறிப்பட்டதும் இங்கே கவனத்துக்குரியது. அவர்கள் மேற்கு ஆசியாவிலிருந்து இங்கு இடம் பெயர்ந்தனர் என்பதற்கு இவை ஆதாரமாக முடியாது என்றபோதிலும் இவர்கள் தென்னக மக்களிடமிருந்து முற்றிலும் வேறுபட்ட வடபுல மக்கள் எனவும், தென்னகத்தில் இவர்கள் முற்றிலும் அந்நியர்களாகவே, சற்றே நகைச்சுவையுடன் அணுகப்பட்டார்கள் என்பதையும் நாம் புரிந்துகொள்கிறோம். மெய்ப்பாட்டியலில் பேராசிரியர் நகைச்சுவைக்கு எடுத்துக்காட்டாகச் சொல்லுகையில் ஆரியர்களின் பேச்சைக் குறிப்பிடுகிறார்.

2.சிந்துவெளி மக்கள் சுமார் 4600 ஆண்டுகளுக்கு முன்பு எருமைகள் உள்ளிட்ட மாடுகள் பன்றிகள் முதலான இதர கால்நடைகளின் மாமிசத்தைச் சமைத்து உண்டனர் என்பதற்கான சான்றுகள் ராகிகார்ஹி மற்றும் சில இடங்களில் கிடைத்துள்ள மண் பாண்டங்களின் ஊடாக நிறுவப்பட்டுள்ளன..

3. சேரன் செங்குட்டுவனிடம் தோற்ற கனக, விசயர் வடபுலத்து அரசர் எனப்பட்டனர். அதாவது "இமயச் சாரல் வடபுலத்து அரசர்". மௌரியர் அல்லது நந்தர்கள் அல்ல. அவர்கள் வேறுபட்டவர்கள். சேர அரசன் இமயவரம்பன் நெடுஞ்சேரலாதன் ஆரியர்களின் இமயமலையில் தன் வில்லம்புச் சின்னத்தைப் பொறித்தான் என்றும், வல்லம் எனும் பகுதியில் சோழருக்கும், ஆரியருக்கும் போர் நடந்து ஆரியர் படை சிதைந்து திரும்பி ஓடியது என்றொரு குறிப்பும் உண்டு.

முள்ளூர் என்னுமிடத்தில் ஆரியர்கள் வாட்படையுடன் தாக்கியபோது மலையன் தன்னந்தனியாக வில்லெய்து அவர்களை எதிர்கொண்டான் எனவும், அதை எதிர்கொள்ள இயலாமல் ஆரியர்களின் வாட்படை ஓடிவிட்டது என்றெல்லாமும் பழம் தமிழ் இலக்கியங்களில் குறிப்புகள் உண்டு. இவற்றை எல்லாம் அப்படியே வரலாறாக எடுத்துக் கொள்ள இயலாவிட்டாலும் தமிழர்களிடமிருந்து ஆரியர்கள் வேறுபடுத்திப் பார்க்கப்பட்டதையும் தென்னகத்தில் ஆரியப் பரவல் அத்தனை எளிதாகப் போர்களின் ஊடாகப் பரவ இயலவில்லை என்பதையும் காண்கிறோம். சடங்கு சம்பிரதாயங்கள் முதலியனவற்றின் ஊடாகவே அவர்கள் இங்கு கால் பதித்துள்ளனர் எனலாம்.

3.4
பின்னுரை

(ஆரியர் வருகைக் கோட்பாடு பொய் என நிறுவிவிட்டதாக இப்போது சங்கிகள் பேசத் தொடங்கியதை ஒட்டி Feb 16, 2020 அன்று நான் பதிந்த ஒரு விரிவான பதிவிலிருந்து சில குறிப்புகள் மட்டும் இங்கே...)

வெளிநாட்டு ஆய்வகம் ஒன்றே இதைச் சொல்லிவிட்டது எனவும் அடுத்து பாடத்திட்டத்திலும் ஆரியர் வருகைக் கோட்பாடு நீக்கப்படும் எனவும் கூறப்படுகிறது. இது முற்றிலும் அகழாய்வு மற்றும் நவீன மரபணு அறிவியல் அடிப்படையில் இன வரலாறுகளை ஆராய்வது தொடர்பான அறிவியல். துறைசார் அறிஞர்கள் இதுகுறித்து விரிவான ஆய்வுகளை முன்வைப்பது அவசியம்.

இந்த ஆய்வு முடிவுகளாகச் சொல்லப்படுபவற்றை மேலோட்டமாகப் பார்க்கும்போதே இவற்றின் அரசியல் நோக்கம் மற்றும் ஆய்வுத் தரம் ஆகியன குறித்து நமக்குச் சில ஐயங்கள் தோன்றுகின்றன. அவற்றில் சில:

1. ஆய்வுக்குத் தேர்ந்தெடுக்கப்பட்டுள்ள இந்த ஐந்து பகுதிகள் :

(அ) ராகி கார்ஹி - இது ஹரியானா மாநிலம் ஹிசார் மாவட்டத்தில் உள்ளது. இந்தியத் துணைக் கண்டத்தின் மேற்குத் திசையில் இது அமைந்துள்ளது.

(ஆ) ஹஸ்தினாபூர்: இது மகாபாரதத்தில் கவுரவர்களின் தலைநகரமாகச் சொல்லப்படுவது. உத்தரப் பிரதேசம் மீரட் மாவட்டத்தில் இது உள்ளது. இது இந்தியாவின் வடக்குத் திசையில் உள்ளது.

(இ) தோலவீரா - இது குஜராத் மாநிலம், கட்ச் மாவட்டம் பச்சாவ் தாலுகாவில் உள்ளது. சிந்துவெளி நாகரிக எச்சங்கள் உள்ளதாகக் கண்டுபிடிக்கப்பட்டுள்ள எட்டுப் பகுதிகளில் ஐந்தாவது பெரிய பரப்பு இது. உள்ளூர் மக்களால் 'கோதட திம்பா' என இது அழைக்கப்படுகிறது. இதுவும் இந்தியத் துணைக் கண்டத்தின் மேற்குத் திசையில் அமைவது.

(ஈ) ஆதிச்ச நல்லூர்- தமிழ்நாடு தூத்துக்குடி மாவட்டத்தில் உள்ளது. அகழாய்வு நடந்து புகழ்பெற்ற பகுதி இது. இந்தியாவின் தெற்கு எல்லையில் இது அமைகிறது. சிந்துவெளி நாகரிகத்துடன் இதுவரை இது இணைத்துப் பேசப்பட்டதா எனத் தெரியவில்லை. எனினும் *3800* ஆண்டுகட்கு முற்பட்ட மனித எலும்புகள் அடங்கிய முதுமக்கள் தாழிகள் இங்கு கிடைத்துள்ளன. இங்கு நடந்த ஆய்வு முடிவுகள் இறுதி செய்யப்பட்டு இதுவரை அறிக்கை அளிக்கப்படவில்லை என்பது கவனிக்கத் தக்கது.

(உ) சிவசாகர் - அசாம் மாநிலம் சிவசாகர் மாவட்டத் தலை நகரம் இது. 'அஹோம்' அரச வம்சத்தின் தலைநகராகவும் *((1699 - 1788)* இருந்த இப்பகுதி அகழாய்வு முக்கியம் வாய்ந்த ஒன்று. ஆனாலும் சிந்துவெளி நாகரிகத்துடன் தொடர்புடையதல்ல. இது இந்தியத் துணைக் கண்டத்தின் கிழக்குத் திசையில் அமைகிறது.

ஆக இந்தியா முழுமையையும் உள்ளடக்குவதாக நாங்கு திசைகளிலும் அகழாய்வுத் தலங்கள் தேர்வு செய்யப்பட்டு

இன்று நிதி உதவி அறிவிக்கப்பட்டுள்ளதை நாம் கவனத்தில் கொள்ளுதல் அவசியம்.

2. இன்று ஆய்வு முடிவுகள் வெளியிடப்பட்டுள்ள ராகிகார்ஹி மிக அகன்ற ஒரு சிந்துவெளி நாகரிகத் தொல்தளம் *(Indus Valley Civilization IVC)*. இந்தப் பெரும் பரப்பில் பல லட்சம் மக்கள் வசித்துள்ளதாகத் தெரிகிறது. இங்கிருந்து மரபணு ஆய்வுக்கு "தேர்ந்து" எடுத்து அனுப்பப்பட்ட தொல் எலும்புத் துண்டுகள் 148 இல் இரண்டில் மட்டுமே "ஆய்வுக்குப் பொருத்தமான" மரபணு *(DNA)* அமைந்துள்ளதாக நேர்காணல் ஒன்றில் இந்த ஆய்வு முடிவுகளை இப்போது பரபரப்புடன் வெளியிட்டு வரும் பேரா. வசந்த் ஷிண்டே கூறுகிறார். பல லட்சம் பேர்கள் வாழ்ந்த ஒரு பெரும் களத்தில் இத்தனை குறைவான எண்ணிக்கையில் உள்ள ஆதாரங்களைக் கொண்டு இப்படியான "இறுதி" முடிவுகள் சாத்தியமா என எனக்குத் தெரியவில்லை. வல்லுனர்கள் விளக்கினால் நல்லது.

3. தேர்வு செய்து அனுப்பப்பட்ட எலும்புத் துண்டுகள் சியோல், ஹார்வர்ட் பல்கலைக்கழகங்களுக்கு அனுப்பப்பட்டு ஆய்வுகள் செய்யப்பட்டுள்ளன. இப் பல்கலைக்கழகங்கள் துல்லியமாகவும், நேர்மையாகவும் ஆய்வுகளைச் செய்து முடிவுகளைத் தந்திருக்கும் என்பதை ஏற்றுக்கொள்ளலாம். ஆனால் ஒட்டுமொத்தமாகச் சிந்துவெளி நாகரிகம் குறித்த பொது முடிவுகள் எதற்கும் வருவதற்குத் தேர்வு செய்து அனுப்பப்பட்ட இந்தச் சிறு ஆதாரங்கள் போதுமா என்பதையும் வல்லுனர்கள் விளக்க வேண்டும்.

4. வசந்த் ஷிண்டேயின் நேர்காணல்களை வாசிக்கும்போது அவர் எதையும் ஆய்வு அடிப்படையில் ஏற்றுக்கொள்ளும் வெளிப்படையான ஆய்வு நோக்குடன் களத்தில் இறங்கியதாகத் தெரியவில்லை. ஏற்கெனவே கூறப்படும் கருத்துகளுக்கு எதிரான அறிவியல் ஆதாரங்களைத் தேடித் தரும் நோக்குடன் களத்தில் இறங்கியவராகவே அவரது வாய்மொழிகள் அவரைக் காட்டிக் கொடுக்கின்றன. வேறு சொற்களில் சொல்வதானால் இதை அரசியலாக்கும் சங்கிகளிடமிருந்து ஒரு ஆய்வாளராக இவரைப்

பிரித்து அடையாளம் காண முடியவில்லை.

5. இந்த ஆய்வுகள் உண்மைகளைக் கண்டறிவது எனும் நோக்கில் அமையாமல் ஏற்கெனவே சொல்லப்பட்ட ஆய்வு முடிவுகளுக்கு எதிரான ஆதாரங்கள் எதையாவது கண்டறிந்தே ஆக வேண்டும் எனும் நோக்குடனேயே கேள்விகள் மேற்கொள்ளப்பட்டு ஆய்வுகள் செய்யப்பட்டுள்ளதை இதுகுறித்து வாசிக்கும் யாரும் அறிந்துகொள்ளக்கூடும். குறிப்பான பதில்களை நோக்கியே கேள்விகள் முன்வைக்கப்பட்டுள்ளன.

6. ஆய்வு செய்தவரைக்கும் மத்திய ஆசிய - ஈரானிய- ஸ்டெப்பி அடையளங்களை உறுதிப்படுத்தும் மரபணுக்கள் ராகிகர்ஹி பகுதியில் கிடைத்த தொல் எலும்புத் துண்டுகளில் இல்லவே இல்லை என இந்த ஆய்வு முடிவுகள் கூறவில்லை என்பது இதில் கவனிக்க வேண்டிய முக்கியமான அம்சம். "போதிய அளவு இல்லை" என மட்டுமே வசந்த் ஷிண்டே முதலானோர் சொல்கிறார்கள். இதுவும் கவனத்தில் கொள்ளப்பட வேண்டிய ஒன்று.

7. ஆரியர்கள் உள்ளூர் மக்களுடன் போர் நடத்தி சிந்துவெளி நாகரிகத்தை அழித்ததற்கான ஆதாரங்கள் ஏதும் இல்லை என இவர்கள் தங்களின் நேர்காணல்களில் திரும்பத் திரும்பச் சொல்கின்றனர். எலும்புத் துண்டுகளில் அப்படியான போர்க் காயங்கள் ஏதும் கண்டுபிடிக்கப்படவில்லை என்கிறார்கள். இதில் வேடிக்கை என்னவெனில் காத்திரமான ஆய்வுகளைச் செய்யும் யாரும் அப்படிப் போர் நடந்துதான் சிந்துவெளி நாகரிகம் முடிவுக்கு வந்ததென எந்நாளும் சொன்னதில்லை. அரசியல் களத்தில் ஆரிய - திராவிடப் போர் என்றெல்லாம் பேசப்பட்டிருக்கலாம். ஆனால் இதுகுறித்து எழுதிய ரொமிலா தாப்பர் போன்ற அறிஞர்கள் யாரும் அப்படிச் சொல்லியதில்லை. இது தொடர்பான எனது எழுத்துகளிலும் கூட சொல்லப்பட்டவை.

(i) ஒரு இனக் கலப்பு நடந்தது,

ii)ஆரிய வருகைக்கு முன்னதாக இருந்த சிந்துவெளிப்

பண்பாட்டில் இரும்பு மற்றும் குதிரைகள், சக்கரம் முதலியவற்றின் பயன்பாடுகள் இல்லை. எழுத்துக்கள் இருந்தன. வெண்கலம் பயன்பாட்டில் இருந்துள்ளது, கோவேறு கழுதைகள் இருந்தன,

(iii) இரும்பு, குதிரைகள், சக்கரம் ஆகியவற்றின் பயன்பாடுகளுடன் இங்கு இடம்பெயர்ந்து வந்த ஆரியர்கள் தொழில்நுட்ப ரீதியில் முன்னேறி இருந்தது உண்மை என்று மட்டுமே கூறியுள்ளேன்.

இந்தப் புதிய இன வருகை பண்பாட்டுக் கலப்பு ஒன்றிற்கு வித்திட்டது. ஒரு புதிய பண்பாடு கங்கைச் சமவெளியில் உருவாகியது. இப்படியான ஆரியப் பரவல் கங்கைச் சமவெளியில் புதிய வருண நாகரிகம் ஒன்று உருவாவதற்குக் காரணமானது. இன்னொரு பக்கம் தெற்கு நோக்கிய புலப்பெயர்வுகளும் இருந்து வந்தன என்கிற ரீதியிலேயே இங்கு வரலாறுகள் சொல்லப்பட்டு வந்துள்ளன.

8. ஆரிய வருகை என்பது இன்னொரு கோணத்திலிருந்தும் இதுவரை ஆய்வு செய்யப்பட்டு வந்துள்ளதையும் நாம் கணக்கில் கொள்ள வேண்டும். ஆரியர்கள் வேறுபட்ட மொழிக் குடும்பம் ஒன்றிற்குச் சொந்தக்காரர்கள் என்கிற திசையில் இருந்தும் ஆரிய - திராவிட ஆய்வுகள் உள்ளன. சமஸ்கிருதத்திற்கும் இங்கு பேசப்படும் இன்னொரு முக்கியமான மொழிக் குடும்பமான திராவிட மொழிகளுக்கும் இடையில் எந்தத் தொடர்பும் இல்லை. 'தேவ பாஷை' என ஆரியர்களின் மொழியாக முன்வைக்கப்படும் சமஸ்கிருதமும் திராவிட மொழிக் குடும்பமும் முற்றிலும் வேறு வேறானவை என்பது இன்று மொழியியல் ரீதியில் நிறுவப்பட்ட ஓர் உண்மை. கடந்த இருநூறு ஆண்டுகளாக முன்வைக்கப்படும் இந்த ஆய்வு முடிவுகள் இதுவரை தவறு என நிறுவப்படவில்லை.

9. சிந்துவெளியில் ஆய்வு மேற்கொள்ளப்பட்ட பகுதிகளில் மத்திய ஆசியாவிலிருந்து ஆரியப் புலப்பெயர்வு நடந்ததற்கு ஆதாரமாக ஏராளமான அளவில் ஈரானிய - ஸ்டெப்பி அடையாளங்களை உறுதிப்படுத்தும் மரபணுக்கள் காணப்படவில்லை என்பதை நாம் இப்படியும் புரிந்துகொள்ள வேண்டும். ஆரியப் பரவல் ஒரு நாளிலோ ஓராண்டிலோ நடந்து முடிந்ததல்ல. அது

நூற்றுக் கணக்கான ஆண்டுகள் கொஞ்சம் கொஞ்சமாக நடைபெற்றவை. இதுவும் முன்னரே சொல்லப்பட்டதுதான். புதிய கண்டுபிடிப்பு அல்ல.

10. சிந்துவெளி அழிவிற்கு ஆரியப் படையெடுப்பு காரணமில்லை என்பது எக்காரணம் கொண்டும் ஆரியப் பரவல் வெளியில் இருந்து பரவவில்லை என்பதற்கோ சமஸ்கிருதம் மற்றும் வருணக் கோட்பாடு முதலியனவற்றிற்கும் ஆரியத்துக்கும் உள்ள தொடர்பை மறுப்பதற்கோ ஆதாரங்கள் ஆகாது.

Dec 15 2021

இணைப்பு

ஆரியர் வருகை குறித்த ஆதாரத் தொகுப்புகள்

சங்க காலத்தில் ஆரியர் வருகை குறித்து உள்ள பதிவுகளை அக்கறையுள்ள நம் தமிழ் அறிஞர்கள் தொகுத்துள்ளனர். எளிதில் யாரும் தரவிரக்கம் செய்து பார்க்கலாம். அதனால் நான் இங்கே அதைத் தவிர்க்கிறேன்.

விக்கி பீடியாவிலும் நம் நண்பர்கள் பதிவு செய்துள்ளனர். அவற்றில் சில இங்கே:

சங்க இலக்கியங்களில் ஆரியர்

ஆரியர் - நற்றிணை 170, குறுந்தொகை 7, பதிற்றுப்பத்து 11, பதிகம் 2, அகநானூறு 276, 336, 396, 398, சிலப்பதிகாரம் 23-கட்டுரை-14, 25-158

ஆரியன் - மணிமேகலை 25-6

ஆரியப் பொருநன் - அகநானூறு 386

ஆரிய அண்ணல் - பதிற்றுப்பத்து பதிகம் 5

ஆரியநாடு - சிலப்பதிகாரம் 29-1

ஆரியப் பேடி - சிலப்பதிகாரம் - 27-186

ஆரிய அரசர் - சிலப்பதிகாரம் - 26-211, 217, 28-195

ஆரிய மன்னர் - சிலப்பதிகாரம் - 25-162, 27-6, 22, 177, 28-88, 98, 120, 153, 29-1-6, 30-157

இது தொடர்பான செய்திகள்

ஆரியர் என்னும் சொல் சங்கப் பாடல்களில் யாரைக் குறிக்கிறது என்பதைக் காண்பது இந்தத் தொகுப்பு. அக்கறையுடன் தொகுத்துள்ள தோழர்களுக்கு நன்றி.

இமயமலைச் சாரலில் வாழ்ந்த குடிமக்கள் ஆரியர்.

கங்கைப் பெருவெளியில் ஆண்ட அரசர்குடி மோரியர்.

சங்கப் பாடல்கள் தரும் இந்தத் தெளிவான குறிப்பினை உள்ளத்தில் கொண்டு இந்தச் செய்திகளை அணுக வேண்டும்.

சேரன் செங்குட்டுவன் வென்ற கனக, விசயர் என்போர் வடபுலத்து அரசர். அதாவது இமயச் சாரல் வடபுலத்து அரசர். மோரியரையோ, நந்தரையோ குறிப்பது அன்று.

சேர அரசன் இமயவரம்பன் நெடுஞ்சேரலாதன் ஆரியர் வாழும் இமயமலையில் தன் வில்லம்புச் சின்னத்தைப் பொறித்தான். 'வணங்குவில்' என்னும் தொடர் அம்புடன் வளைந்திருக்கும் வில் என்பதைக் காட்டுகிறது.

சோழரும், ஆரியரும் தாக்கிக்கொண்ட போர் வல்லம் என்னும் ஊருக்குப் புறத்தே இருந்த காவல் காட்டில் நடந்தது. அதில் ஆரியர் படை உடைந்து திரும்பி ஓடிவிட்டது.

முள்ளூர் என்னுமிடத்தில் ஆரியர் வாட்படையுடன் தாக்கினர். மலையன் வில்லெய்து அவர்களை எதிர்கொண்டான். ஆரியர் பலர். மலையன் ஒருவன். ஒன்றாலும் வில்லுக்கு எதிர்நிற்க மாட்டாமல் வாட்படை ஓடிவிட்டது.

பறை முழக்கத்துடன் கயிற்றின்மீது ஏறி ஆடி வித்தை காட்டி

ஆரியர் தமிழ்நாட்டில் பிழைப்பு நடத்திவந்தனர். இந்தக் கூத்து வகையே 'ஆரியக் கூத்து' எனக் குறிப்பிடப்படுவதைக் காண்க: "ஆரியக் கூத்தாடினாலும் தாண்டவக் கோனே காரியத்தில் கண் வையடா தாண்டவக் கோனே.."

பெண்யானைகளைப் பழக்கப்படுத்தி வைத்துக்கொண்டு ஆண்யானைகளைப் பிடித்துப் பயிற்சி அளித்து மன்னர்களுக்கு விற்றும் ஆரியர் தமிழ்நாட்டில் பிழைப்பு நடத்திவந்தனர்.

தமிழ்நாட்டில் ஆரியர் வாழ்ந்த இடம் பொன்படு நெடுவரை. பொன்னைப்போல் பூத்துக் குலுங்குவது பொன்படு நெடுவரை. இவர்களின் தொல்குடி வாழ்ந்த இடம் 'பேரிசை இமயம்' எனப் பட்டது.

சான்றுகள்

1. ↑ ஆரியர் துவன்றிய பேரிசை இமயம் பதிற்றுப்பத்து :11.
2. பேரிசை மரபின் ஆரியர் வணங்கி - பதிற்றுப் பத்து பதிகம்: 2.
3. ஆரியர் அலறத் தாக்கிப் பேரிசைத் தொன்று முதிர் வடவரை வணங்குவில் பொறித்து, வெஞ்சின வேந்தரைப் பிணித்தோன் வஞ்சி- அகநானூறு 396 , பரணர்.
4. மாரி அம்பின் மழைத்தோல் சோழர் வில்லீண்டு குறும்பின் வல்லத்துப் புறமிளை ஆரியர் படையின் உடைக (தலைவனை என்னுடன் திரியவைக்காவிட்டால் என் தோளில் வீங்கிய வளையல்....) அகம் 336 பாவைக்கொட்டிலார்.
5. ஆரியர் துவன்றிய பேரிசை முள்ளூர்ப் பலருடன் கழித்த ஒள்வாள் மலையனது ஒரு வேற்கு ஓடியாங்கு நம் பன்மையது எவனோ (தலைவி ஒருத்தி முன் பரத்தையர் பலர் என்னாவர்?) - நற்றிணை 170.
6. ஆரியர் கயிறு ஆடு பறையின் கால் பொரக் கலங்கி வாகை வெண் நெற்று ஒலிக்கும் குறுந்தொகை 7 பெரும்பதுமனார்,

7. *ஆரியர் பிடி பயின்று தரூஉம் பெருங்களிறு போல (தலைவனை ஆட்டிப் படைப்பேன் என்கிறாள் ஒரு பரத்தை) அகநானூறு 276 பரணர்,*

8. *ஆரியர் பொன்படு நெடுவரை புரையும் எந்தை பல்பூங் கானத்து அல்கி இன்று இவண் சேந்தனை செலினே சிதைகுவது உண்டோ அகநானூறு 398,*

பிற சொல் மற்றும் கருத்துப் பயன்பாடுகள்:

ஆரிய அண்ணல் என்னும் ஆரிய அரசர்,
ஆரியப் பொருநன்,
ஆரிய அரசன் பிரகத்தன்,
ஆரியப்படை கடந்த நெடுஞ்செழியன்,
ஆரியர்.

குறிப்பு: ஆரியப் பரவல் மற்றும் பல நூறாண்டுகள் கொஞ்சம் கொஞ்சமாக அவர்கள் இங்கு வந்து குடியேறியமை ஆகியன குறித்தெல்லாம் உள்ள ஏராளமான ஆதாரங்களையும், பதிவுகளையும் அக்கறை உள்ள நண்பர்கள் தொகுத்துள்ளனர். இணையத்தில் உள்ள அப்படியான ஏராளமான ஆதாரங்களைத் தோழர்கள் எளிதில் தரவிறக்கிப் படிக்கலாம் என்பதால் அவற்றை இங்கு நான் தவிர்த்துள்ளேன். இன்று பதவியில் உள்ள நிர்மலா சீதாராமன் போன்ற அமைச்சர்கள் ‘அப்படி எல்லாம் ஆரியப் பரவல் இங்கு இல்லை’ என ‘நிறுவ’ ஏராளமான அரசுப் பணத்தை வீணாக்குவது பொருளற்ற ஒன்று. போர், ஆக்கிரமிப்பு என்றெல்லாம் பெரிதாக ஏதும் நடந்துவிடவில்லை. இத்தனை ஆண்டு கால இடைவெளிக்குப் பின் அப்படி யாரையும் “வந்தேறிகள்” என்றெல்லாம் அடையாளம் காணவோ, வெறுக்கவோ இன்று யாரும் இல்லை. பிரச்சினை எப்போது வருகிறது என்றால் இந்த உண்மைகளை இப்படி ஆக அபத்தமாக மறைக்கும் போதுதான். இதை அறிந்து தமிழின் தொன்மை, அதன் இலக்கிய வளம் ஆகியவற்றிற்கு உரிய மதிப்பை ஆட்சியில் இருப்போர் அளிப்பது நலம்.

நான்கு

ஒரு பன்மைச் சமூகத்தில் சமயப்பொறை என்பதென்ன

4.1
என் அனுபவம் ஒன்று

பெரியவர் தடா ரஃபீக்கை நான் அப்போதுதான் முதல்முறையாகப் பார்த்தேன். முன்னதாக அவர் அதற்குச் சில ஆண்டுகளுக்கு முன் பயங்கரவாத நடவடிக்கைகளில் கைது செய்யப்பட்டவராக செய்தித் தாள்களில் அவர் குறித்துப் படித்தது மட்டும்தான். அப்போது நான் சென்னை மாநிலக் கல்லூரியில் இயற்பியல் பேராசிரியராகப் பணி செய்து கொண்டிருந்தேன். அவரும் இன்னொருவரும் என் அறைக்குள் நுழைந்து தம்மை அறிமுகம் செய்து கொண்டனர்.

அவர் தடா ரபீக். அந்த இன்னொரு நண்பர் அறிஞர் பிஜ்லி. நாகர்கோவிலைச் சேர்ந்தவர் கேரள அரசில் உயர் பொறியாளராக இருந்து ஓய்வு பெற்றவர். சமூக அக்கறை உள்ள அவர் நிறையப் படிப்பவரும் கூட ஆங்கிலத்தில் இஸ்லாம் குறித்த ஒரு நல்ல நூலை எழுதியுள்ளவர் என்பதை எல்லாம் பின்னர் அறிந்தேன்.

தான் அப்போது எழுதியிருந்த இரண்டு நூல்களுக்கு என்னிடம் முன்னுரை கோரி வந்திருந்தார் தடா ரஃபீக். இந்திய அரசின் கடும் சட்டங்களில் ஒன்றான தடா சட்டத்தில்

சிறையில் ஐந்தாண்டுகளுக்கு மேல் இருந்து அப்போதுதான் பிணையில் வெளிவந்திருந்தார் அவர். மதம் சார்ந்த ஒரு குற்ற நடவடிக்கையின் அடிப்படையில் சிறை சென்று விடுதலை ஆனவர் என்பதை எல்லாம் பிஜ்லி விளக்கினார். மிக்க அமைதியும் பொறுமையும் மிக்கவராக அவரை அன்று கண்டேன். இப்படியானவர் அப்படி ஏன் ஆயுத நடவடிக்கையில் இறங்க நேரிட்டது என்றெல்லாம் கேட்டு அவரை நான் சங்கடத்திற்கு உள்ளாக்க விரும்பவில்லை. அவரின் நூல்களுக்கு முன்னுரை எழுதும் வேண்டுகோளை ஏற்றுப் பின் அதை எழுதி அனுப்பினேன்.

அவர் சிறையில் இருந்தபோது எழுதிய அந்த இரு நூல்களில் ஒன்று: பகவத் கீதையின் ஸ்ரீ கிருஷ்ணனையும், மோசஸ், கிறிஸ்து, முகம்மது வரிசையில் ஒரு இறைத் தூதராக ஏற்றுக் கொள்ள வேண்டும் என்பதற்கான ஆதாரங்கள் என அவர் கருதியவற்றை முன்வைத்தது.

இன்னொரு நூல் கார்ல் மார்க்சின் கருத்துகளும் நபிகளின் கருத்துகளும் எவ்வாறு இணைகின்றன என அவரது நோக்கில் அவர் ஆய்வு செய்து எழுதியது. இப்படியான அணுகல்முறையை அவர் கொண்டிருந்தது எனக்கு வியப்பையும், மகிழ்ச்சியையும் ஒருசேர அளித்தது.

இரண்டும் என் முன்னுரைகளுடன் ‘ஜெம் கிராஃபிக்ஸ்’ சாதிக் அவர்களால் வெளியிடப்பட்டன. ரஃபீக் அடுத்த சில ஆண்டுகளில் இறைவனடி சேர்ந்தார். அப்போது அவர் நினைவாக நான் முன்வைத்த கருத்துகள் சில இங்கே.

4.2
அசோகர்

"முதலில் நாவடக்கம் தேவை" - எனச் சொன்ன அசோகர்

★★★

அசோகர் இந்தியத் துணைக்கண்டத்தின் பெரும்பகுதியை மட்டுமின்றி இன்றைய ஆப்கானிஸ்தான் உள்ளிட்ட பகுதிகளை ஒன்றிணைத்து ஆண்ட மாமன்னர்.

இங்கு அப்போது உருப்பெற்றிருந்த வைதிக பிராமண நெறியிலிருந்து வேறுபட்டு நின்ற அவைதிக சிரமண தம்மப் பாதையை மேற்கொண்டவராகத் தன்னை வெளிப்படுத்திக் கொண்டு ஆட்சி புரிந்த அவருக்கு இணையாக வரலாற்றில் சுட்டிக் காட்ட எடுத்துக்காட்டுகள் அதிகமில்லை. தருமச் சக்கரத்தை உருட்டிய மகத்தான மன்னரான அசோகர் மட்டுமின்றி, புத்தனையும், நபிகள் நாயகத்தையும், மகாத்மா காந்தியையும், கார்ல் மார்க்சையும் ஒருசேர நேசிப்பவன் என அறிந்தே அவர் என்னிடம் வந்திருந்தார் என்பதை நான் அறிந்தபோது மனம் நெகிழ்ந்தேன்.

அசோகர் தமது கொள்கைகளையும், தனது அரச அறிவிப்புகளையும் பாறைகளிலும், தூபிகளிலும், குகைச் சுவர்களிலும் மக்கள் மொழியில் எழுதிவைத்தார். 19 ஆம் நூற்றாண்டில் இந்தியாவில் பவுத்தம் மீள் கண்டுபிடிப்பு செய்யப்பட்டபோது இணையாக அசோகரின் இந்தச் சாசனங்களும் கண்டுபிடிக்கப்பட்டன. இன்னும் முழுமையாக அவை அனைத்தும் கண்டுபிடிக்கப்பட்டவில்லை. ஒரு 28 சாசனங்கள் முக்கியமாகத் தொகுக்கப்பட்டுள்ளன.

அவற்றில் ஒரு மூன்று தலைப்புகளில் அவர் கூறியுள்ளவற்றில் சிலவற்றை மட்டும் இங்கே உங்கள் பார்வைக்குத் தொகுத்தளிக்கிறேன்.

உள்ளே போகுமுன் ஒன்றை நினைவூட்டுதல் நன்று. அது: அசோகர் புத்தருக்குச் சுமார் 300 ஆண்டுகளுக்குப் பின் வாழ்ந்தவர். ஏசுவுக்கு 300 ஆண்டுகளுக்கு முன், நபிகளுக்குச் சுமார் 900 ஆண்டுகள் மூத்தவர். கார்ல் மார்க்சுக்குச் சுமார் 2100 ஆண்டுகளுக்கு முன்னும் மகாத்மா காந்திக்கு 2200 ஆண்டுகளுக்கு முன்னும் வாழ்ந்தவர். அந்தக் கால கட்டத்திலேயே அவர் எத்தனை அழகாக அவர் சிந்தித்துள்ளார் என நினைக்க நினைக்க நெஞ்சு நெகிழ்கிறது.

இனி அசோகரது 12 ஆம் (XII) சாசனத்திலிருந்து சில:

“தேவனாம்பிரியர் அரசர் பிரியதஸ்ஸி (அதாவது இறைவனுக்குப் பிரியமான மன்னன்) எல்லாச் சமயங்களையும் சார்ந்த துறவிகளுக்கும் இல்லறத்தாருக்கும் பலவகைத் தானங்களையும் மரியாதைகளையும் வழங்கி அவர்களைப் போற்றி மதித்து வருகிறார். ஆனால் அவர் இப்படி தானங்கள் வழங்குவதைக் காட்டிலும் அதிகமாக மதிப்பது இதைத்தான். அது:

”எல்லாச் சமயங்களிலும் தலையாய கொள்கைகள், இன்றியமையாத கூறுகள் வளர வேண்டும். தலையாய கொள்கைகளை வளர்ப்பது பல்வேறு வழிகளில் சாத்தியம். ஆனால் அவை அனைத்தும் நாவடக்கத்தையே வேறாகக் கொண்டுள்ளன.

“அதாவது, தனது சொந்த சமயத்தைப் புகழ்ந்து கூறுவது அல்லது எவ்வித நியாயமான காரணங்களும் இன்றி மற்றவர்களின் மதத்தைக் குறைத்துக் கூறுவது என்பது கூடாது. அப்படிக் குறை கூறுவதற்கு ஏதேனும் காரணம் இருக்குமேயானால் அது மென்மையான முறையில் விவாதிக்கப்பட வேண்டும்.

“எனினும் மற்ற சமயங்களைப் போற்றி மதிப்பதே சிறந்ததாகும். ஏனெனில் அதன் மூலம்தான் ஒருவரின் சொந்த சமயம் நன்மை அடைகிறது. அதே நேரத்தில் மற்ற சமயங்களும் அவ்வாறே நன்மை அடைகின்றன.

“அவ்வாறு போற்றி மதிக்காமல் பிற மதங்களைக் கண்டனம் செய்தால் அது அவற்றிற்குத் தீங்கு செய்வது மட்டுமின்றி கண்டிப்பவரின் சொந்த சமயத்திற்கே கேடும் விளைவிக்கிறது.

“அளவுக்கு மீறிய ஆர்வப் பற்றோடு யாரொருவரும் தன் சொந்த சமயத்தை வானளாவப் புகழ்ந்து, அதற்குப் பெரும் புகழையும் பெயரையும் தேடித்தரும் என நினைத்து, பிற சமயங்களைத் தாழ்த்திப் பேசும்போது, அவர் தன் சமயத்திற்குத்தான் தீங்கிழைத்துக் கொள்கிறார்.

“எனவே சமயங்களுக்குள் நல்ல தொடர்பு இருப்பது நலம். ஒருவர் பிற சமயக் கோட்பாடுகளைக் கூர்ந்து கவனித்து அவற்றை மதிக்க வேண்டும். தேவனாம்பிரிய அரசர் பிரியதஸ்ஸி அனைவரும் மற்ற சமயங்களின் கோட்பாடுகளையும் நன்றாகக் கற்றுக்கொண்டு அவற்றைப் போற்றி மதிக்க வேண்டும் என்றே விரும்புகிறார்.....”

★★★

இந்தச் சாசனமும் இத்தோடு முடியவில்லை. எனினும் சுருக்கம் கருதி மேலே செல்வோம். இன்னும் சில சாசனங்களிலும் சமய நல்லிணக்கம் பற்றிப் பேசுகிறார் அசோகர். ஒரு மாமன்னர் என்கிற முறையில் அவருக்கு இதுகுறித்த தேவை அன்று என்ன என்பது குறித்தும் நான் எழுதியுள்ளேன். என்ன தேவைகள் இருந்த போதிலும் அரசர்களுக்கே உரிய வேறு வகையான அணுகல் முறைகளை மேற்கொள்ளாமல் பெரும் போரைத்

தவிர்ப்பதைத் தன் அணுகல்முறையாகத் தேர்வு செய்த வகையில் அசோகர் என்றும் நம் நினைவில் நிற்கிறார்.

இப்போதைக்கு அவர், நம் அசோக மாமன்னர் சமயப் பொறை குறித்து இங்கு சொன்னவற்றைத் தொகுத்துக் கொள்வோம். அவை:

1. ஒரு அரசு எல்லாச் சமயங்களுக்கும் சமமாக தானங்களும் மரியாதைகளும் அளிப்பதோடு நின்றுவிடக் கூடாது. அதைக்காட்டிலும் முக்கியம், எல்லாச் சமயங்களின் கொள்கைகளும் வளர அது உதவ வேண்டும்.
2. சமயப் பொறைக்கு மிகவும் இன்றியமையாத பண்பு தம் மதம்தான் சிறந்தது எனப் பீற்றாமல் இருப்பதும் பிற மதத்தைக் குறைசொல்லாமல் இருப்பதும்தான்.
3. ஏதேனும் பிரச்சினை வந்து விமர்சிக்க வேண்டியது அவசியமானால் அது மென்மையாகவும், விவாத வடிவத்திலும்தான் அமைய வேண்டும்.
4. அளவுக்கு மீறிய சுய மதப் பற்றோடு ஒருவர் தன் மதத்தைதைத் தானே புகழும்போது அவர் தன்னை அறியாமலேயே தன் நம்பிக்கைக்கே தீங்கு விளைவிக்கிறார்.
5. சமயப் பொறை என்பது பிற மதங்களை இகழாமை மட்டுமல்ல அவற்றின் கொள்கைகளையும் நாம் தெரிந்து அவற்றுக்கு அவமரியாதை செய்வதைத் தவிர்ப்பதே.

ஒரு குறிப்பு: பா.ஜ.க மற்றும் ஆர்.எஸ்.எஸ். முதலான இந்துத்துவ அமைப்புகள் காந்தி, நேரு ஆகியோருக்கு அடுத்தபடியாகக் கடுமையாக எதிர்ப்பது அசோகரைத்தான் என்பதும், இந்திய தேசியக் கொடியில் உள்ள அசோகரின் தம்மச் சக்கரம் மற்றும் அரசு முத்திரையில் உள்ள அசோகச் சின்னம் ஆகியவற்றை நீக்க வேண்டும் என்பது அவர்களின் திட்டமாக உள்ளது என்பதையும் நினைவிற் கொள்ளுதல் அவசியம்...

4.3
திரு.வி.க.

சிங்காரவேலர், லட்சுமிநரசு, அயோத்திதாசர் ஆகியோரின் பௌத்த அரங்கில் குழப்பம் விளைவித்த திரு.வி.க பின்னாளில் வருத்தம் தெரிவித்த வரலாறு குறித்து நான் அவர் குறித்த கட்டுரையில் விரிவாக எழுதியுள்ளேன்.. எனினும் சமயப் பொறை என்பது குறித்து எழுத வரும்போது அவரைப் பேசாதிருக்க மனமில்லை. மிகச் சுருக்கமாக இங்கு சில. விரிவுக்கு என் அவர் குறித்த விரிவான என் கட்டுரையை அணுக வேண்டுகிறேன்.

தமிழறிஞர் திரு. வி. கலியாணசுந்தரனார் சைவ மரபில் வந்தவர். சைவத்தில் தீவிரப் பற்றுமிக்கவர். சைவசமய சாரம், நாயன்மார் திறம், நாயன்மார் வரலாறு, சைவத் திறவு, பெரியபுராணம் குறிப்புரையும் வசனமும் முதலான நூல்களை எழுதியவர்.

டாக்டர் அம்பேத்கர் அவர்களுக்கே பௌத்தம் பற்றிய ஆர்வத்தை ஏற்படுத்துவதற்குக் காரணமான டாக்டர் லட்சுமி நரசு மற்றும் பொது உடைமைக் கருத்துகளைத் தமிழகத்தில் அறிமுகம் செய்த அறிஞர் சிங்காரவேலர் ஆகியோர் பவுத்தம் குறித்து நடத்திய கூட்டங்களில் சென்று தான் சிறுவனாக இருந்த

காலத்திலேயே குழப்பம் விளைவிக்கும் அளவிற்கு அவருக்கு சைவத்தின் மீது பற்று இருந்தது. அவர் எழுதியுள்ள 'வாழ்க்கைக் குறிப்புகள்' நூலில் அப்படியான தனது இளமைக்காலக் குறும்பு குறித்து திரு.வி.க கூறுவது:

"யான் மாணாக்கனாக இருந்தபோது கடலோரத்தில் விளையாட செல்வது வழக்கம். (சென்னை கடற்கரையில் உள்ள) ஐஸ் அவுசுக்குப் பக்கத்திலேயுள்ள ஒரு கட்டடத்தில் 'மகாபோதி சங்கம்' என்று தீட்டப்பெற்ற ஒரு நீண்ட பலகையைக் காண்பேன். ஒருநாள் அங்கே கூட்டம் கூடியிருந்ததைப் பார்த்தேன். அக்கூட்டம் என்னை ஈர்த்தது. ஒருவர் புத்தர் பிறப்பைப் பற்றிப் பேசினார். இன்னொருவர் நன்றி கூறினார். அவர் இலட்சுமிநரசு நாயுடு என்றும் இவர் சிங்காரவேல் செட்டியார் என்றும் தெரியலானேன். அக்கூட்டங்கள் எனக்கு வெறியூட்டின. வெறிகொண்டு சில மாணாக்கர்களைச் சேர்த்து ஒருநாள் பௌத்த சங்கக் கூட்டத்துள் நுழைந்தேன். அப்போது சிங்காரவேல் செட்டியார் பைபிள் சரித்திர சம்பந்தமான நூலாகாது எனப் பேசி முடித்தார்.

"மறுவாரம் யான் பெருங்கூட்டம் கூட்டிச் சென்றேன். பௌத்தம் என்ற பகுதியில் சிங்காரவேல் செட்டியார் திருஞான சம்பந்தர் எலும்பைப் பெண்ணாக்கிய சரித்திரத்தை மறுத்து வந்தார். யான் குறுக்கிட்டேன். ஒரே கூக்குரல் எழுந்தது. யாரோ ஒருவர் வானரங்கள் என்றார். மாணாக்கர் சும்மா இருப்பரோ? பெருங்குழப்பம் விளைந்தது. அன்று முதல் பௌத்த சங்க சொற்பொழிவுகளுக்குத் தொல்லை விளைத்தே வந்தோம்."

தமது 'சிந்தனைச் சிற்பி சிங்காரவேலு வாழ்வும் சிந்தனையும்' நூலில் இம் மேற்கோளை எடுத்தாளும் பெரியவர்கள் கே.முருகேசன், சி.எஸ்.சுப்பிரமணியம் ஆகியோர், இந்தச் சம்பவம் நிகழ்ந்த கால கட்டத்தில் கலியாணசுந்தரனாரின் வயது 10 அல்லது 15 வயதுக்குள் இருக்கலாம் எனக் கணக்கிடுகின்றனர். அந்த வயதிலேயே சென்னை மெரினாவில் மீனவர் மக்கள் வசிக்கும் பகுதியில் செல்வாக்கு மிக்க வழக்குரைஞரான சிங்காரவேலர் மற்றும் அப்போது பச்சையப்பன் கல்லூரியில்

பேராசிரியராக இருந்த அறிஞர் லட்சுமி நரசு, பண்டிதர் அயோத்திதாசர் ஆகியோர் நடத்திய கூட்டங்களில் இந்தச் சிறுவர்கள் புகுந்து குழப்பம் விளைவிக்கும் அளவிற்கு அன்று சைவம் தீவிரமாக இருந்துள்ளதை அறிகிறோம். திரு.வி.க அவர்கள் அயோத்திதாசரின் பெயரைக் குறிப்பிடாவிட்டாலும் 'மகாபோதி சங்கம்' எனக் குறிப்பிடுவதிலிருந்து அதில் பண்டிதருக்கும் பங்குண்டு என்பதை நம்மால் ஊகிக்க முடிகிறது.

தனது வாழ்க்கைக் குறிப்புகளில் தொடர்ந்து திரு.வி.க சொல்வது:

"கோமளீசுவரன் பேட்டை புதுப்பேட்டையிலே ஒரு பௌத்த சங்கம் கூடிற்று. அதிலே லட்சுமிநரசு நாயுடு, சிங்காரவேல் செட்டியார் முதலியோர் பேசுகின்றனர் என்று கேள்வியுற்றேன். யான் கூட்டத்துடன் அங்கு சென்றேன். அங்கு குழுமியிருந்த சிலர் என்னை உறுத்து உறுத்து நோக்கினர். எனக்கு அச்சமுண்டாயிற்று. யான் பேசாமலமர்ந்தேன். சிங்காரவேல் செட்டியார் டார்வின் கொள்கையைத் தமிழில் விளக்கினார். என் உள்ளம் அதில் ஈடுபட்டது."

திரு.வி.க. அவர்கள் தீவிரமாகச் சைவ நெறியைப் பின்பற்றியவர் ஆயினும் பின்னாளில் அவர் ஒரு தொழிற்சங்கச் செயல்பாட்டாளராகவும், சமயப் பொறை மிக்க தமிழறிஞராகவும் விளங்கியவர். எனவே அவர் மனமாற்றம் கொண்டதை நம்மால் புரிந்து வணங்க முடிகிறது.

பின்னாளில் அவர் பௌத்தம் பற்றி ஆற்றிய உரை 'தமிழ்நூல்களில் பவுத்தம்' எனும் குறுநூலாக வெளிவந்தது.

எந்த லட்சுமி நரசு முதலானோர் கூட்டத்தில் அவர் குழப்பம் விளைவித்தாரோ அதே அறிஞர் நரசு அவர்கள் தலைமையில் நடந்த பௌத்த மாநாட்டில் ஆற்றிய உரை அது. அது குறித்து அந்நூலின் முன்னுரையில் திரு.வி.க சொல்வது:

"சன்மார்க்கக் கொள்கையுடைய அடியேனை தென்னிந்திய பௌத்த சங்கம் சார்பாகச் சென்னை சிந்தாதிரிப்பேட்டை 'ஹைஸ்கூல் நிலையத்தில்' 1928 ஆம் ஆண்டு ஏப்ரல் மாதம் 6 ஆம்தேதி அறிஞர் லட்சுமிநரசு நாயுடு அவர்கள் தலைமையின்

கீழ்க் கூடிய தென்னிந்திய பௌத்த மாநாட்டில், "தமிழ் நூல்களில் பௌத்தம்" எனும் பொருள்பற்றிப் பேசுமாறு அச்சங்கத்தார் பணித்தனர். அப்பணி மேற்கொண்டு, ஆண்டுப் போந்து அடியேன் நிகழ்த்திய விரிவுரையே இந்நூலின் உள்ளுறை" (*தமிழ் நூல்களில் பௌத்தம், இரண்டாம் பதிப்பு, சாது அச்சுக்கூடம், இராயப்பேட்டை, சென்னை-14, 1952).*

4.5
இஸ்லாம்

இஸ்லாத்தில் சமயப் பொறை: நபிகளுக்கு அருளப் பெற்ற இறை வாக்குகள் மிகத் தெளிவாக மதத்தில் கட்டாயமில்லை என்பதை அறிவிக்கின்றன.

"(And as for My messenger) there is no (obligation) on him except to deliver (the. Message). God knows what yon expose and what conceal". (5:99). (அதாவது) இறைச் செய்தியை மக்களிடம் எடுத்துரைப்பது மட்டுமே நபிகளின் பணி. கட்டாயமாகத் திணிப்பதல்ல:

"(O! Muhammad) This is not a new excuse; those who wept before, them made, the same excuses. Is there anything upon the messengers except the dear conveying of the message". (16: 35).

"மக்கள் செவிசாய்க்காவிட்டல் கவலை கொள்ளத் தேவையில்லை. இறைச் செய்தியைச் சொல்வதொன்றே உம் பணி" - என வந்த இறை வாக்கு:

"But if the people turn away (then do not be sad because) We did ma sent you to be a guardian over them. It is for you only to deliver the message." (42:43).

நம்பிக்கைகளை கட்டாயமாக யார் மீதும் திணிக்கக் கூடாது. சரியான வழிமுறை தன்னைத்தானே நிறுவிக்கொள்ளும் என விளம்பிய இறைவாக்கு.

"There is no compulsion in (accepting) the religion (of Islam)...

"truly the right way has become clearly distinct from error. " (2:256).

மெக்காவில் இருந்தபோது அவரது இறைக் கொள்கைக்காகப் பல துன்பங்களை ஏற்றவர் நபிகள்.

“நீங்கள் வணங்குவதை நான் வணங்குவதில்லை. நான் வணங்குவதை நீங்கள் வணங்குவதில்லை. உங்கள் நம்பிக்கை உங்களுக்கு.. என் நம்பிக்கை எனக்கு” *(அத்தியாயம் 10).*

“O! you who do not believe! I worship not what you worship, and you are not worshipping what I worship; nor am 1 worshipping what you worship; neither -art you worshipping what I worship. Therefore, to you your religion; and to me my religion!” (chap. 109)

4.6
காஷ்மீர் மக்களின் சமயப் பொறை

காஷ்மீர் மக்கள் சமயப் பொறை மிக்கவர்கள். 150 ஆண்டுகளுக்கு முன் ஒரு ஆடு மேய்க்கும் முஸ்லிம்தான் மலைக் குகை ஒன்றில் உருவாகி இருந்த ஒரு பனிக்கட்டியைப் பற்றி ஊரில் உள்ள தன் இந்து நண்பர்களிடம், "அது உங்கள் லிங்கம் போல இருக்கிறது" எனச் சொல்லி ஆற்றுப்படுத்தினார். பின் அதுவே அமர்நாத் புனிதத் தலம் ஆகியது. இன்று பனி உருவாகும் அந்த 'சீசன்' அமர்நாத் புனித யாத்திரைக்குப் பல லட்சம் யாத்ரீகர்கள் அவர்களில் பலர் இந்து மதத்தினர் வந்து செல்லும் நிகழ்வாகிவிட்டது.

எனது காஷ்மீர் குறித்த நூலில் இதுபற்றி விரிவாக எழுதியுள்ளேன். 1989 இல் அங்கு ஆயுதப் போராட்டம் உருவானபோதும் கூட எந்நாளும் அமர்நாத் யாத்திரை தடைபட்டதில்லை. காஷ்மீர்ப் போராட்ட வரலாற்றில் பண்டிட்கள் தாக்கப்பட்டதும் வெளியேற்றப்பட்டதும் ஒரு களங்கம்தான் என்ற போதிலும் அது அந்தப் போராட்ட வரலாற்றில் ஒரு சிறு விலக்குதானே ஒழிய அதுவே பொதுப் போக்கு அல்ல. அப்படி ஆனதில் வேறு சில அரசியலும் உண்டு.

அமர்நாத் யாத்திரையின்போது எத்தனை லட்சம் மக்கள் வந்தாலும் அவர்களுக்கு உரிய பாதுகாப்பு அளிப்பது மட்டுமின்றி ஆங்காங்கு மிகப் பெரிய அளவில் ‘லங்கர்’ கள் அமைத்து உணவு தயாரித்து யாத்ரீகர்களுக்கு வழங்குவதும் தொடர்கிறது. சுமார் 150 ஆண்டு காலம் காஷ்மீர முஸ்லிம்களின் பொறுப்பிலேயே அமர்நாத் ஆலயம் இருந்து வந்தது. 2000த்தில் இதை ஒழுங்குபடுவதற்கென ஒரு அமைப்பு (shrine board) உருவாக்கப்படும் வரை முஸ்லிம்களே அதற்குப் பொறுப்பேற்றிருந்தனர்.

எனினும் படிப்படியாக அதன் நிர்வாகம் இப்படிக் கைமாறியதோடு, சுற்றுச்சூழல் ஆய்வுக் குழுவினரின் எச்சரிக்கைகளையும் மீறி யாத்ரீகர்களின் எண்ணிக்கையை அதிகப்படுத்துவது, யாத்திரைக் காலத்தை அதிகப்படுத்துவது ஆகியவற்றை அரசுகள் செய்தன. பா.ஜ.க அரசால் நியமிக்கப்பட்ட கவர்னர் சின்ஹா இதில் முக்கிய பங்காற்றினார். 2008ல் PDP அரசு 80 ஏக்கர் நிலத்தை ஆலய விரிவாக்கத்திற்கு ஒதுக்கியபோது மிகப் பெரிய போராட்டம் அங்கு வெடித்தது. எனினும் அப்போதும் கூட யாத்ரீகர்களுக்கு முழுப் பாதுகாப்பையும் அங்கு முஸ்லிம் மக்களே வழங்கினர். ஜம்முவில் பா.ஜ.க மற்றும் இந்துத்துவ சக்திகள் பொருளாதாரத் தடை விதித்து அத்தியாவசிய மருந்துகள் உட்பட பள்ளத்தாக்கு மக்களுக்குச் செல்லவிடாமல் தடுத்தபோதும் அங்கு இந்துக்களுக்கு எதிரான வன்முறைகள் ஏதும் அப்போது நிகழவில்லை.

பன்முகச் சமூகங்கள் மத்தியில் சமயப் பொறை என்பது ஆக முக்கியமான ஒன்று.

4.7
ஒரு பன்மைச் சமூகத்திற்கு வெறுப்பு அரசியல் ஒவ்வாது

பா.ஜ.க. அரசு முதன் முதலில் ஆட்சி அதிகாரத்தை அடைந்தபோது (2014) தேச ஒற்றுமைக்கான புதிய திட்டம் என ஆர்.எஸ்.எஸ். முதலான இந்துத்துவ அமைப்புகளின் தரப்பிலிருந்து உடனடியாகச் சில கருத்துகள் முன் வைக்கப்பட்டன.

அரசியல் சட்டத்தின் 370வது பிரிவை நீக்குவது, பொது சிவில் சட்டத்தை உருவாக்குவது என்பன அவற்றின் அடிப்படைகளாக இருந்தன. "கருத்தியல், மதவியல் மற்றும் சமூக வேறுபாடுகளைப் புறந்தள்ளித் தேச ஒற்றுமைக்கான சூழலைப் புதிய அரசு உருவாக்க வேண்டும்" என இன்னொரு பக்கம் முழக்கங்கள் முன்வைக்கப்பட்டன (The Hindu p 10). ஆர்.எஸ்.எஸ்ஸின் அப்போதைய மூத்த தலைவர்களான சுரேஷ் ஜோஷி முதலானோர் வெளிப்படையாக முன்வைத்த இக் கருத்துகளை மேலோட்டமாகப் பார்க்கும்போது இதில் பெரிதாக ஒன்றுமில்லை எனத் தோன்றலாம். ஆனால் இது இந்திய அரசின் அடிப்படை அணுகல் முறைகளை முற்றாக மறுதலிக்கும் ஒரு கருத்து எனவும், 'வேற்றுமையில் ஒற்றுமை'

என அதுவரை இந்திய அரசின் அடிப்படை அணுகல்முறையாக இருந்ததற்கு இது முற்றிலும் எதிரானது என்பதும் அப்போதே நடுநிலையாளர்களால் சுட்டிக்காட்டப்பட்டன. சுதந்திரத்திற்குப் பிந்திய இந்திய அரசின் அடிப்படை அணுகல்முறையை அத்தனை எளிதாக பொருளற்றதாக ஆக்கிவிட முடியாது என்பதை அவர்கள் கவலையோடு சுட்டிக்காட்டினர்.

“இங்கு வேற்றுமைகளே இருக்க இயலாது. யாரெல்லாம் தனது தந்தையர் பூமியை மட்டுமல்ல புண்ணிய பூமியையும் இந்தியாவில் காண்கின்றனரோ அவர்களே இந்த நாட்டுக்குரியவர்கள்” என்பதெல்லாம் சாவர்க்கர் முதலான இந்துத்துவத் தீவிரவாதிகள் முன்வைத்த முழக்கம். இங்குள்ள சிறுபான்மையினரை ஒதுக்கும் இந்துத்துவ பாசிச அரசியலின் குரல் இது என்பதை அக்கறையுள்ள நடுநிலையாளர்கள் அழுத்தமாகப் பதிவு செய்தனர்.

இப்படி முன்வைக்கப்பட்ட ஆதாரபூர்வமான மாற்றுக் கருத்துகள் எதற்கும் ஆர்.எஸ்.எஸ். அமைப்பினர் பதில் சொன்னதில்லை. சொல்லவும் முடியாது. பதிலாக மேலும் மேலும் இஸ்லாமியச் சிறுபான்மையர் முதலானோரை இலக்காக்கித் தம் பிளவுவாத அரசியலை மேலும் தீவிரமாக்கி வரும் ஆபத்து தொடர்கிறது. எந்தவிதமான அடிப்படை வரலாற்று உண்மைகளுக்கும் மதிப்பளிக்காமல் ஏதாவது ஒன்றைச் சொல்லி மக்கள் மத்தியில் பிளவு ஏற்படுத்துவது, குறிப்பாக முஸ்லிம் சிறுபான்மையினர் மீது வெறுப்பை உருவாக்குவது தொடர்கிறது. சுருக்கம் கருதி ஒரு எடுத்துக்காட்டு மட்டும் இங்கே.

2014இல் விஜய் சோன்கார் சாஸ்திரி என்கிற முன்னாள் பா.ஜ.க. சட்டமன்ற உறுப்பினர் (உ.பி) எழுதிய ஒரு நூல் வெளியீட்டு விழாவில் மோகன் பகவத் இதைச் சொல்லியுள்ளார். வால்மீகி, கதிக், சர்மகர் எனும் மூன்று தலித் சாதிகளின் "வரலாறுகள்" தான் அம் மூன்று புத்தகங்களும் என முன்வைக்கப்பட்டது. அவற்றின் சாரம் இதுதான்: வேத காலத்திலும் பின் வந்த இந்து மன்னர்கள் ஆட்சியிலும் தீண்டாமை இருந்ததில்லை. “முஸ்லிம் ஆக்ரமிப்பாளர்களின்” காலத்தில்தான் தீண்டாமை இங்கு

புகுத்தப்பட்டது! முஸ்லிம் படைஎடுப்புகளுக்கு முன் கதிகள் பிராமணர்களாக இருந்தனர். வால்மீகிகளும் சர்மகர்களும் சத்திரியர்கள். போர்த் தொழில் புரிந்துவந்த இவ்விரு சாதிகளும் முஸ்லிம் மதமாற்றத்தை ஏற்காததால் தோல் மற்றும் துப்புரவுத் தொழிலுக்குக் கட்டாயப்படுத்தப்பட்டு தீண்டத் தகாதவர்கள் ஆக்கப்பட்டனராம். இன்னுஞ் சிலர் போர்க் கைதிகளாக இருந்து இத்தகைய 'இழி' தொழில்களுக்கு நிர்ப்பந்திக்கப்பட்டு தீண்டத்தகாதவர்கள் ஆக்கப்பட்டனராம். இப்படி எந்த ஒரு அடிப்படைகளும் ஆதாரங்களும் இல்லாத கருத்துக்களை முன்வைத்த ஒரு அபத்த நூல் அது.

இப்படிப் போகிறது மோகன் பகவத்தின் கதை. கிறிஸ்தவத்தில் கூட இப்படியான சாதி வேற்றுமை, தீண்டாமை ஆகியன கொள்கை அளவில் இல்லாவிடால்லும் நடைமுறையில் உண்டு. அதுவும் கூட இந்தியாவில்தான். இந்தியாவின் சாபக்கேடுதான் இந்தத் தீண்டாமை இதை ஓரளவு வெற்றிகரமாக எதிர்கொண்ட மதம் எனச் சொன்னால் அது இஸ்லாம்தான். ஆனால் எதைப் பற்றியும் கவலைப்படாமல் ஆர்.எஸ்.எஸ். இப்படி ஒரு அப்பட்டமான பொய்யை மக்கள் மத்தியில் பரப்பி வருகிறது. "தீண்டாமைக்குக் காரணம் முஸ்லிம் ஆட்சிதான்" என மோகன் பகவத் கூறியுள்ளதை விடப் பெரிய அபத்தம் ஏதுமில்லை. ஒப்பீட்டளவில் இஸ்லாம் ஆகச் சமீபத்திய ஒரு மதம். இந்தியாவின் சாபக்கேடான தீண்டாமை என்பது இஸ்லாம் தோன்றியதற்குப் பல நூறாண்டுகளுக்கு முந்தைய வரலாற்றை உடைய ஒன்று.

ஆனால் வெறுப்பு அரசியலுக்கு இப்படியான வரலாற்று உண்மைகள் குறித்தெல்லாம் எந்தக் கவலையும் கிடையாது.

மோகன் பகவத்தால் வெளியிடப்பட்ட விஜய் சோன்கரின் இந்த நூல் இன்னொன்றையும் சொல்கிறது. 'சமத்துவம்' என்கிற கோட்பாடு இந்தியப் பண்பாட்டிற்கு உரியதல்லவாம். பாரதப் பண்பாடு பன்மைத்துவத்தின் அடிப்படையில் ஆனதாம். "இப்போது நமக்குத் தேவை சமத்துவம் (சமந்தா) அல்ல; நமக்குத் தேவை சமூக ஒற்றுமை (சமரஸ்தா)" என்கிறார் சோன்கார்.

ஆக, ஆர்.எஸ்.எஸ். சொல்லும் ‘பன்மைத்துவம்’ மற்றும் ‘சமூக ஒற்றுமை’ என்பன பல்வேறுபட்ட மத, இன, மொழி மக்களிடையேயான ஒற்றுமை அல்ல; மாறாக இந்துச் சாதிகளுக்கிடையேயான ஒற்றுமை. அதாவது இங்கு பல்வேறு சாதிகள் இருக்குமாம். அவர்களிடையே ஏற்றத் தாழ்வுகள் இருக்குமாம். தீண்டாமை இருக்குமாம். இவர்கள் யாரும் சமத்துவம் கோராமல் ஒற்றுமையையும் பன்மைத்துவத்தையும் காக்க வேண்டுமாம். பெரியமனது பண்ணி தாமதமாகவேனும் இப்போது அவர்கள் தலித்களுக்கு இட ஒதுக்கீடு அளிப்பதை ஏற்றுக்கொள்கிறார்களாம்.

நமக்குச் சில கேள்விகள்: தீண்டாமை என்பது இந்தியப் பண்பாட்டில் இல்லை என்றால் முஸ்லிம் படைஎடுப்பிற்கு முன்னதாகவே இங்கு தீண்டாமை இருந்ததே அது எப்படி? புத்த பகவன் பார்ப்பன முனிவர்களுடன் “யார் தீண்டத் தகாதவர்?” என வாதிட்டாரே (வசல சூத்தம்). அதற்குச் சரியாக ஆயிரம் ஆண்டுகளுக்குப் பின்தானே முகமது நபிகளே தோன்றினார்? வேதங்களில் காணப்படும் ‘தாசர்’களும், தமிழ் இலக்கியங்களில் காணப்படும் ‘இழிசனர்களும்’ பின் யார்?

முஸ்லிம்கள்தான் தீண்டாமைக்குக் காரணம் எனில் அம்மதம் தோன்றிய நாடுகளில் எல்லாம் தீண்டாமை இல்லையே ஏன்? நபிகளின் காலத்தில் அவர் யூதர்களைக் கட்டாய மதமாற்றம் செய்யவில்லையே? மாறாக, “அவ்ரவர் நம்பிக்கை அவரவர்களுக்கு” என்றுதானே சொன்னார். இன்றளவும் சிரியாவில் மரோனைட் கிறிஸ்தவர்கள் தம் அடையாளங்களுடனும் நம்பிக்கைகளுடனும் வாழ்கின்றனரே? ஸ்பெயின் உட்பட பல நாடுகளை முஸ்லிம் மன்னர்கள் வென்று ஆட்சி அமைத்த வரலாறு இங்கு உண்டே. அங்கெல்லாம் ஏன் தீண்டாமை இல்லை?

அவ்வளவு ஏன். கட்டாய மதமாற்றத்தின் மூலம்தான் இந்தியத் துணைக் கண்டத்தில் முஸ்லிம் மதம் பரப்பப்பட்டது எனில் இன்று பெரிய அளவில் முஸ்லிம்கள் திரட்சியுடன் வாழும் மேற்கு பஞ்சாப்பிலும் (இன்றைய பாகிஸ்தான்), கிழக்கு

வங்கத்திலும் (இன்றைய பங்களா தேஷ்) எந்நாளும் வலுவான முஸ்லிம் ஆட்சிகள் நடைபெற்றதில்லையே, பின் எப்படி அங்கே கட்டாய மதமாற்றம் நடந்திருக்க இயலும்?

மோகன் பகவத் மட்டுமல்ல ஆர்.எஸ்.எஸ். அமைப்பினர் கோல்வால்கர் தொடங்கி இப்படியான முரண்களை ஏராளமாகக் காட்ட முடியும். இப்படியான வெறுப்பு அரசியல் கவலைக்குரிய ஒன்று. புத்தரின் காலம் தொடங்கி இந்தப் போராட்டம் நடந்துகொண்டுள்ளது.

ஆர்.எஸ்.எஸ். அமைப்பு விரிவான கட்டமைப்புகளுடன் இப்படியான சிறுபான்மை மக்களின் மீதான வெறுப்பு அரசியலைத் தீவிரமாக முன்வைத்து வருகிறது. இந்தியாவின் பன்மைத் தன்மையை ஏற்று சமூக ஒற்றுமையை வற்புறுத்திய மகாத்மா காந்தி முதலானோருக்கு நேர்ந்த கதிகளைக் கவலையோடு நாம் நினைத்துப் பார்க்கிறோம்.

ஆர்.எஸ்.எஸ். எனும் அமைப்பு இப்படியான ஒரு வெறுப்பு அரசியலை முன்வைப்பதைக் கவலையோடு அணுகுகிறது இந்த நூல்.

★★★

www.ingramcontent.com/pod-product-compliance
Lightning Source LLC
LaVergne TN
LVHW060136051026
849517LV00007B/2490